AF664511

അവകാശസംരക്ഷണം:
വയോജനങ്ങൾക്കും സ്ത്രീകൾക്കും
കുട്ടികൾക്കും

(law)

avakashasamrakshanam
vayojanangalkum sthreekalkum kuttikalkum

•

adv. m yunnus kunju

•

first edition
february 2016

•

published
chintha publishers, thiruvananthapuram

•

typesetting
star communications, thiruvananthapuram

•

cover
midas

വിതരണം

ദേശാഭിമാനി ബുക്ക് ഹൗസ്

H O തിരുവനന്തപുരം–695 035
phone: 0471-2303026, 6063026
www.chinthapublishers.com
chinthapublishers@gmail.com

ബ്രാഞ്ചുകൾ

ഹെഡ്ഡാഫീസ് ബ്രാഞ്ച് കുന്നുകുഴി • സ്റ്റാച്യു തിരുവനന്തപുരം • കെ എസ് ആർ ടി സി ബസ് സ്റ്റേഷൻ ആലപ്പുഴ • കെ എസ് ആർ ടി സി ബസ് സ്റ്റേഷൻ എറണാകുളം • മച്ചിങ്ങൽ ലെയിൻ തൃശൂർ • ഐ ജി റോഡ് കോഴിക്കോട് • മാവൂർ റോഡ് കോഴിക്കോട് • എൻ ജി ഒ യൂണിയൻ ബിൽഡിങ് കണ്ണൂർ • സെൻട്രൽ ബസ് ടെർമിനൽ കോംപ്ലക്സ് താവക്കര കണ്ണൂർ

CO - 2303 / 3798
ISBN - 978-93-85045-44

അവകാശസംരക്ഷണം: വയോജനങ്ങൾക്കും സ്ത്രീകൾക്കും കുട്ടികൾക്കും

(നിയമം)

അഡ്വ. എം യൂനുസ് കുഞ്ഞ്

ചിന്ത പബ്ലിഷേഴ്സ്
തിരുവനന്തപുരം-695 035
വില : ₹ 100

അഡ്വ. എം യൂനുസ് കുഞ്ഞ്

മുൻ കേരള ടൂറിസം അഡീഷണൽ ഡയറക്ടർ (ഹോസ്പിറ്റാലിറ്റി)

കൊമേഴ്സിലും നിയമത്തിലും ബിരുദങ്ങൾ. കാറ്ററിങ് ടെക്നോളജിയിലും അഡ്മിനിസ്ട്രേറ്റീവ് ലായിലും ടൂറിസം മാനേജ്മെന്റിലും ജേർണ്ണലിസത്തിലും സൈബർ ലായിലും പോസ്റ്റ് ഗ്രാഡ്വേറ്റ് ഡിപ്ലോമകൾ.

1962 മുതൽ കേരളത്തിലെ ടൂറിസം വകുപ്പിൽ സേവനം. ഗവ. ഗസ്റ്റ്ഹൗസുകളിൽ കാൽനൂറ്റാണ്ടോളം വിവിധ ഗ്രേഡുകളിൽ മാനേജ്മെന്റ് എക്സിക്യൂട്ടീവായി പ്രവർത്തിച്ചു. കന്യാകുമാരി മുതൽ കോഴിക്കോട് വരെയുള്ള കേരള ടൂറിസം ഡയറക്ടറേറ്റിൽ ഡെപ്യൂട്ടി ഡയറക്ടർ, ജോയിന്റ് ഡയറക്ടർ, അഡീഷണൽ ഡയറക്ടർ (ഹോസ്പിറ്റാലിറ്റി) എന്നീ പദവികളും വഹിച്ച് 1995 സെപ്തംബറിൽ സർവ്വീസിൽനിന്നും വിരമിച്ചശേഷം 1995 നവംബറിൽ അഡ്വക്കേറ്റായി എൻറോൾ ചെയ്ത് പ്രാക്ടീസ് തുടരുന്നു. സന്നദ്ധ സംഘടനകളിൽ ഭാരവാഹിത്വവും സാമൂഹിക –സാംസ്കാരിക രംഗത്ത് പ്രവർത്തനവുമുണ്ട്. ബാർ അസോസിയേഷൻ ഓഫ് ഇന്ത്യ, ട്രിവാൻഡ്രം ബാർ അസോസിയേഷൻ എന്നിവയിൽ അംഗമാണ്.

ഇന്ത്യയിലും വിദേശത്തും ധാരാളമായി യാത്ര ചെയ്തിട്ടുണ്ട്. സിംഗപ്പൂർ, യു എസ് എ, മലേഷ്യ, തായ്ലണ്ട്, ശ്രീലങ്ക, സൗദി അറേബ്യ, യു എ ഇ, ആസ്ട്രിയ, ഫ്രാൻസ്, ജർമ്മനി, സ്വിറ്റ്സർലണ്ട്, ഇറ്റലി, വത്തിക്കാൻ, ഗ്രീസ്, ബെൽജിയം, നെതർലണ്ട്, ബ്രിട്ടൻ, ചൈന, ഖത്തർ, റഷ്യ, കുവൈറ്റ്, കാനഡ, മാലിദ്വീപ്, സൗത്ത് ആഫ്രിക്ക, ഇന്തോനേഷ്യ, ബഹറൈൻ, ഡച്ച് സെൻമാർട്ടിൻ ദ്വീപ്, കരീബിയൻ –ബഹാമസ് ദ്വീപുകൾ ജപ്പാൻ, ആസ്ട്രേലിയ, ന്യൂസിലാണ്ട്, നേപ്പാൾ എന്നീ വിദേശരാജ്യങ്ങൾ സന്ദർശിച്ചിട്ടുണ്ട്.

കൃതികൾ: *ഹജ്ജിന്റെ ഓർമ്മകളിലൂടെ, അമേരിക്കയിലൂടെ ഒരു യാത്ര, സിംഗപ്പൂർ: ഉദ്യാനങ്ങളുടെ നഗരം, അസ്വസ്ഥമായ അയൽരാജ്യങ്ങൾ, അവകാശങ്ങളും ദിനാചരണങ്ങളും, അവസാനിക്കാത്ത വിസ്മയങ്ങൾ, ആനക്കഥ, അറിയാനുള്ള അവകാശനിയമം, അറിയാൻ നിയമങ്ങൾ, ആനക്കഥയുടെ പൊരുൾ തേടി, അടുത്തറിയാൻ യാത്രകൾ ശ്രീലങ്കയിലൂടെ, കേരളത്തിലെ മുഖ്യമന്ത്രിമാർ, അറിയേണ്ടും നിയമകാര്യങ്ങൾ, ആഹാരവും പാചകവിധികളും, അടുത്തറിയാൻ യാത്ര തായ്ലണ്ടിൽ, അടുത്തറിയാൻ യാത്ര മലേഷ്യയിൽ, അറിയാൻ യാത്ര ഫ്രാൻസിൽ, അറിയാൻ യാത്ര ജർമ്മനിയിൽ, സൈബർ നിയമങ്ങൾ ഇന്ത്യയിൽ, ഗാർഹിക പീഡനത്തിൽനിന്നും സ്ത്രീകളെ സംരക്ഷിക്കൽ ആക്റ്റ്, ജനപ്രിയ നിയമങ്ങൾ, അറിവ് കുട്ടികൾക്കും ക്ഷേമം മുതിർന്നവർക്കും, അവകാശസംരക്ഷണം എന്നിവ.*

2007 ലെ മികച്ച വൈജ്ഞാനിക ഗ്രന്ഥം (*അവകാശങ്ങളും ദിനാചരണങ്ങളും*) 2008 ലെ മികച്ച വൈജ്ഞാനിക ഗ്രന്ഥം (*അറിയാനുള്ള അവകാശ നിയമം*) 2010 ലെ മികച്ച വൈജ്ഞാനിക ഗ്രന്ഥം (*അറിയാൻ നിയമങ്ങൾ*) എന്നിവ തിക്കുറിശ്ശി ഫൗണ്ടേഷ(തിരുവനന്തപുരം)ന്റെ സാഹിത്യ പുരസ്കാരങ്ങൾ നേടിയിട്ടുണ്ട്.

ഭാര്യ : എ റസിയാബീവി

മക്കൾ : സലീന, സലിം, സാബു

വിലാസം : നമ്പർ 7, കളീക്കൽ, ഈസ്റ്റ് പട്ടം,
തിരുവനന്തപുരം – 695 004.

ഫോൺ : 0471–2541406

ഉള്ളടക്കം

ആമുഖം 8

മാതാപിതാക്കൾ/മുതിർന്നപൗരന്മാർ സംരക്ഷണവും ക്ഷേമവും ആക്റ്റ് 13

മാതാപിതാക്കളുടെയും മുതിർന്ന പൗരന്മാരുടെയും ക്ഷേമം സംരക്ഷണനിയമം: സംഗ്രഹം 25

ഗാർഹികപീഡനത്തിൽനിന്നും സ്ത്രീകൾക്ക് സംരക്ഷണം 30

കുട്ടികളുടെ അവകാശങ്ങൾ 50

അനുബന്ധം

അവകാശങ്ങളെ സംബന്ധിച്ച് ഇന്ത്യയിലെ ഭരണഘടനയിലെ പ്രസക്ത ഭാഗങ്ങൾ 73

ലൈംഗികപീഡനവും ശിക്ഷയും ഇന്ത്യൻ ശിക്ഷാസംഹിതയും 76

പ്രസാധകക്കുറിപ്പ്

എല്ലാരെയും ഉൾക്കൊള്ളാത്ത വികസന പ്രക്രിയയിൽ ദുർബ്ബലരായവർ പുറന്തള്ളപ്പെടുകയാണ്. കരുത്തരുടെ മാത്രം നിലനില്പിനെ സാധൂകരിക്കുന്ന വ്യവസ്ഥിതിയിൽ വൃദ്ധജനങ്ങളും സ്ത്രീകളും കുട്ടികളും പ്രത്യേകം പരിരക്ഷ നല്കപ്പെടേണ്ടവരായി മാറുന്നു എന്നതു തന്നെ സമൂഹത്തിന്റെ രോഗാവസ്ഥയെ കുറിക്കുന്നു. മക്കൾക്കുവേണ്ടി ജീവിതം ഉഴിഞ്ഞുവച്ച മാതാപിതാക്കൾ തങ്ങളുടെ വാർദ്ധക്യത്തിൽ നിരാലംബരായി മാറുന്ന അവസ്ഥ വ്യാപകമായ പശ്ചാത്തലത്തിൽ മുതിർന്ന പൗരന്മാരുടെ അവകാശ സംരക്ഷണത്തിനായുള്ള നിയമം പ്രാധാന്യമർഹിക്കുന്നു. ഇതിനായുള്ള നിയമം 2007 ൽ കേന്ദ്രസർക്കാർ പാസാക്കിയിരുന്നു. ഈ നിയമം സാമൂഹ്യ-രാഷ്ട്രീയ പ്രവർത്തനരംഗത്തുള്ളവരും സാധാരണ പൗരന്മാരും അവശ്യം അറിഞ്ഞിരിക്കേണ്ടതാണ്. അതുപോലെ തന്നെയാണ് സ്ത്രീകളുടെയും കുട്ടികളുടെയും അവകാശസംരക്ഷണത്തിനായുള്ള നിയമങ്ങളും. സ്ത്രീകളും കുട്ടികളും നിരന്തരമായി പീഡിപ്പിക്കപ്പെടുന്നു. ഇതിനെതിരെ പടപൊരുതാൻ ഉറച്ചവർ ഈ മേഖലയിൽ നിലവിലുള്ള നിയമങ്ങൾ അവശ്യം മനസ്സിലാക്കിയിരിക്കേണ്ടതുണ്ട്.

ചിന്ത പബ്ലിഷേഴ്സ്

ആമുഖം

മനുഷ്യൻ സമൂഹജീവിയാണ്. അറിവും സംസ്കാരവും വളർന്നതോടെയാണ് അവൻ സമൂഹജീവിയായിത്തീർന്നതും സമൂഹമായി ജീവിക്കാനാരംഭിച്ചതും. ഇതൊരു മാറ്റത്തിന്റെ തുടക്കം കുറിക്കൽ ആയിരുന്നു. ആ മാറ്റത്തോടെയാണ് മനുഷ്യാവകാശങ്ങളെയും അവയുടെ പരിമിതിയെയും കുറിച്ചുള്ള ബോധം അവനിൽ ജനിച്ചതും. അടിച്ചമർത്തലിനും ചൂഷണത്തിനും എതിരെ ആദ്യം പ്രതികരിച്ചതും അവൻതന്നെയായിരുന്നു. അവയുടെ സ്മരണകൾ ഇന്നും മനുഷ്യ സമൂഹത്തിൽ അനുരണനങ്ങൾ സൃഷ്ടിക്കുന്നുമുണ്ട്. ഇന്ന് മനുഷ്യന് ലഭ്യമായ അവകാശങ്ങൾക്കും ചരിത്രമുണ്ട്. 1215 ൽ സൂര്യനസ്തമിക്കാത്ത രാജ്യങ്ങളുടെ ഭരണകർത്താക്കളുടെ രാജ്യത്ത് നടന്ന മാഗ്നകാർട്ട പ്രഖ്യാപനം മനുഷ്യാവകാശ ചരിത്രത്തിൽ ആദ്യത്തേതാണ്. ഇതേത്തുടർന്ന് ജനങ്ങളിൽ ചിന്തയിലും മനോഭാവത്തിലും വന്ന മാറ്റത്തിന്റെ ഫലമായി ചില അടിസ്ഥാനാവകാശങ്ങൾ ജന്മാവകാശമാണെന്ന ധാരണയും മനുഷ്യരിൽ സൃഷ്ടിക്കപ്പെട്ടു. ആ അവകാശങ്ങൾ പാവനവും അലംഘനീയവും ആണെന്നും ആരുടെയും ഔദാര്യമല്ലെന്നും സൗജന്യമല്ലെന്നും പ്രകൃതിദത്തമാണെന്നും അവൻ തിരിച്ചറിഞ്ഞു.

മനുഷ്യാവകാശങ്ങളെ തിരിച്ചറിഞ്ഞതോടെ അവയുടെ അംഗീകാരത്തിനായി അടുത്ത ലക്ഷ്യമിട്ടു. രാജ്യവും ഭരണകൂടവും അതിനെ അംഗീകരിച്ചു കിട്ടുവാൻ ശ്രമമുണ്ടായി. ആ അംഗീകാരചിന്ത പരിണാമത്തിന്റെ സവിശേഷതയായി ദേശാന്തരങ്ങളിൽത്തന്നെ ഒതുങ്ങി നിന്നു. മഹാന്മാരായ ചിന്തകരും എഴുത്തുകാരും ഈ ചിന്തയെ ഉദ്ദീപിപ്പിക്കുവാനും കാരണക്കാരായി എന്ന് ചരിത്രം പറയുന്നു. ഇരുപതാം നൂറ്റാണ്ടുമുമ്പുവരെ അന്താരാഷ്ട്രതലത്തിൽ മനുഷ്യാവകാശസംരക്ഷണത്തിന് നീക്കങ്ങൾ ഒന്നുംതന്നെ കാണാനായില്ല. ഇരുപതാം നൂറ്റാണ്ടിന്റെ ആദ്യ

പകുതിയിൽ ഒന്നാം ലോകമഹായുദ്ധാനന്തരം സാർവ്വദേശീയത എന്ന സങ്കല്പം ഉരുത്തിരിഞ്ഞുവന്നു. അതോടെ സ്ഥിതിഗതികളിൽ മാറ്റവും വരാനിടയായി. ലീഗ് ഓഫ് നേഷൻസിന്റെ (രാജ്യങ്ങളുടെ സംഘടന) പിറവിയും സമാധാന ഉടമ്പടിയിൽ ന്യൂനപക്ഷങ്ങൾക്കായി സംരക്ഷണ വ്യവസ്ഥകളും ഈ മാറ്റത്തിന്റെ സൂചനകളായി. സൂചനകൾ യാഥാർത്ഥ്യമാക്കപ്പെട്ടത് രണ്ടാംലോകമഹായുദ്ധാനന്തരം മാത്രമായിരുന്നു. മനുഷ്യാവകാശങ്ങളുടെയും മനുഷ്യാവകാശസംരക്ഷണത്തിന്റെയും അനിവാര്യത അന്താരാഷ്ട്രതലത്തിൽ അപ്പോൾ മാത്രമേ അംഗീകരിക്കപ്പെട്ടുള്ളൂ. തൽഫലമായി 1945 ലെ ഐക്യരാഷ്ട്രസഭ (ലീഗ് ഓഫ് നേഷൻസ് പരിണമിച്ചാണ് യുണൈറ്റഡ് നേഷൻസ് – ഐക്യരാഷ്ട്ര സഭ ഉണ്ടായത്) യുടെ ചാർട്ടറിൽ ദൃശ്യമാകുന്ന ലക്ഷ്യങ്ങൾ നമുക്ക് അവബോധം നല്കുന്നത്. അനുച്ഛേദം 1(3)(4),55 എന്നിവയിൽ മനുഷ്യാവകാശ സംരക്ഷണം സഭയുടെ പ്രധാന ലക്ഷ്യങ്ങളിൽ ഒന്നായി സ്ഥാനം കണ്ടെത്തി. അനുച്ഛേദം 56 പ്രകാരം അംഗരാഷ്ട്രങ്ങൾ കൂട്ടായും വെവ്വേറെയും ഈ ലക്ഷ്യപ്രാപ്തിക്കായി പ്രവർത്തിക്കാൻ പ്രതിജ്ഞാബദ്ധരായിത്തീർന്നു. ഈ ലക്ഷ്യപ്രഖ്യാപനത്തിന്റെ സാധൂകരണത്തിനായി യു എൻ ജനറൽ അസംബ്ലി 1948 ഡിസംബർ 10 ൽ അംഗീകരിച്ച സാർവ്വദേശീയ മനുഷ്യാവകാശ പ്രഖ്യാപനം നടത്തിയത്. നീണ്ട 18 വർഷങ്ങൾക്കുശേഷം 1966 ൽ ഇതിന്റെ നടത്തിപ്പിനായും വ്യക്തത കൈവരിക്കാനുമായി രണ്ടു പ്രമാണങ്ങൾ കൂടി അംഗീകരിച്ചു നടപ്പാക്കി. സിവിൽ ആന്റ് പൊളിറ്റിക്കൽ റൈറ്റ്സ്—ഉം ഇക്കണോമിക് സോഷ്യൽ ആന്റ് കൾച്ചറൽ റൈറ്റ്സ്—ഉം കൂടിച്ചേർന്ന് അന്താരാഷ്ട്ര മനുഷ്യാവകാശപ്രമാണങ്ങൾ എന്നറിയപ്പെട്ടു.

ഇന്ന് മനുഷ്യാവകാശങ്ങൾക്കു ലഭിച്ചിട്ടുള്ള സാർവ്വദേശീയത മേൽപ്പറഞ്ഞ സംഭവങ്ങളുടെ പരിണാമമാണ്. ഇതൊരു സ്ഥിതിവിശേഷമായി കാണുകയും ഇതുവഴി ഓരോ വ്യക്തിയുടെ മൂല്യവും അന്തസ്സും അംഗീകരിക്കുകയും സംരക്ഷിക്കുകയും ചെയ്യണം; അത് ലോകത്തിന്റെ കടമയായി മാറുകയും വേണം. മനുഷ്യാവകാശസംരക്ഷണ നിലവാരം ഇന്ന് സാമൂഹിക നീതിയുടെ അന്താരാഷ്ട്ര അളവുകോലാണ്. ഇതിൽ നിന്നും വേണം ഭരണഘടനയിലെ മനുഷ്യാവകാശ സംരക്ഷണ നിലവാരം വിലയിരുത്തേണ്ടത്. നമ്മുടെ ഭരണഘടന 1949 നവംബർ 26 ന് ഭരണഘടനാനിർമ്മാണസഭ അംഗീകരിച്ചു. 1950 ജനുവരി 26 ന് അത് നിലവിൽ വന്നു. മനുഷ്യാവകാശങ്ങളുടെ അംഗീകാരത്തിലും സംരക്ഷണത്തിലും നിലവിലിരുന്ന സമകാലീന ചിന്താഗതികൾ സ്വാഭാവികമായും അതിൽ സ്വാധീനം ചെലുത്തി. തൽഫലമായി ഭരണഘടനയുടെ ആമുഖത്തിനും മൗലികാവകാശങ്ങൾക്കായുള്ള മൂന്നാം ഭാഗത്തിനും രൂപം നല്കപ്പെട്ടു. മേൽപ്പറഞ്ഞ എല്ലാ പ്രമാണങ്ങളുടെയും സ്വാധീനം വ്യക്തമാണ്. എന്നാൽ, അമേരിക്കൻ ഭരണഘടനയും ആഗോള മനുഷ്യാവകാശ പ്രഖ്യാപനവും നമ്മുടെ ഭരണഘടനയ്ക്കു നല്കിയ സംഭാവനകളും വിലപ്പെട്ടതും ശ്രദ്ധേയങ്ങളുമാണ്. ആമുഖത്തിൽ മഹത്തായ ആശയങ്ങളും

ലക്ഷ്യപ്രഖ്യാപനങ്ങളും ഉൾക്കൊള്ളുന്നുണ്ട്. അതുകൊണ്ടു തന്നെ ഭരണഘടനാ നിർമ്മാണസഭയുടെ ആദ്യ സമ്മേളനത്തിൽ തന്നെ ഐകകണ്ഠ്യേന അംഗീകരിക്കപ്പെട്ടു. പണ്ഡിറ്റ് ജവഹർലാൽ നെഹ്റുവാണ് അത് അവതരിപ്പിച്ചത്. മനുഷ്യാവകാശങ്ങളിലെ നാലു ലക്ഷ്യങ്ങൾ ആമുഖത്തിൽ ഉറപ്പിക്കുന്നു. നീതി, സ്വാതന്ത്ര്യം, സമത്വം, സാഹോദര്യം എന്നിവ. നീതി എന്നാൽ സാമൂഹിക–സാമ്പത്തിക–രാഷ്ട്രീയരംഗങ്ങളിൽ ഏവർക്കും തുല്യനീതി എന്നും സ്വാതന്ത്ര്യവും സമത്വവും ഫ്രഞ്ചുവിപ്ലവത്തിന്റെ മുദ്രാവാക്യങ്ങളും ആയിരുന്നു. (ഈ രണ്ടു വാക്കുകളും ഫ്രഞ്ചു ദാർശനികരായ ലോക്കിയുടെയും റൂസ്സോയുടെയും ആശയങ്ങളായിരുന്നു). ചിന്ത, ആവിഷ്കാരം, വിശ്വാസം, ആരാധന എന്നിവയിൽ സ്വാതന്ത്ര്യം ഉറപ്പാക്കണമെന്നും ആമുഖത്തിൽ കാണാം. സാഹോദര്യം എന്ന ആശയം 1948 ലെ മനുഷ്യാവകാശ പ്രഖ്യാപനത്തിൽ നിന്നും ഉൾക്കൊണ്ടതാണ്. വ്യക്തിയുടെ അന്തസ്സ് ഉറപ്പു ചെയ്തുകൊണ്ട് ജനങ്ങൾ തമ്മിൽ സാഹോദര്യം വളർത്തുക എന്ന ആശയലക്ഷ്യവും ഭരണഘടനയിലുണ്ട്. ഇവയെല്ലാം കഴിഞ്ഞ 65 വർഷക്കാലത്തെ ഭരണകർത്താക്കൾക്കു നിയമനിർമ്മാണത്തിനും കോടതികൾക്ക് നിയമവ്യാഖ്യാനത്തിനും ആവശ്യമായ മാർഗ്ഗരേഖയും പ്രചോദനവുമായി ഭവിച്ചിട്ടുണ്ട് എന്ന് ചരിത്രം പറയുന്നു.

ഭരണഘടനയുടെ മൂന്നാം ഭാഗത്ത് ഏറെ പ്രാധാന്യമുള്ള മൗലികാവകാശങ്ങൾ സ്ഥാനം പിടിച്ചിരിക്കുന്നു. 26 അനുഛേദങ്ങളാണ് മൂന്നാം ഭാഗത്തുള്ളത്. ഏഴു തലക്കെട്ടാണ് മൗലികാവകാശങ്ങൾക്കുണ്ടായിരുന്നത്. അതിൽ ആറാമത്തേതായ സ്വത്തവകാശം മൗലികാവകാശമല്ലാതായപ്പോൾ ആറെണ്ണത്തിന്റെ പട്ടികയാണ് ഇപ്പോഴുള്ളത്. അനുഛേദം 14 മുതൽ 18 വരെയാണ് മൗലികാവകാശങ്ങൾ പരാമർശിക്കപ്പെടുന്നത്. 1948 ലെ മനുഷ്യാവകാശ പ്രഖ്യാപനത്തിന്റെ ഒന്ന്, രണ്ട്, ഏഴ് എന്നീ അനുഛേദങ്ങൾ പൂർണ്ണമായും ദത്തെടുത്തിട്ടുണ്ട്. അനാചാരങ്ങൾ, വ്യക്തിവിവേചനം എന്നിവ നിരോധിച്ചിട്ടുണ്ട്. ഈ അവകാശങ്ങളെല്ലാം രാജ്യത്തെ എല്ലാ ജനങ്ങൾക്കും പൗരന്മാർക്കും അല്ലാത്തവർക്കും ഒരുപോലെ ലഭ്യമാക്കിയിട്ടുമുണ്ട്. 19–ാം അനുഛേദത്തിൽ അഭിപ്രായ പ്രകടനം, സംഘം ചേരൽ, സംഘടിക്കൽ, സ്വതന്ത്രസഞ്ചാരം, സ്ഥിരതാമസം, തൊഴിൽ, ജീവിതവൃത്തി, വ്യാപാരം എന്നിവയ്ക്കുള്ള സ്വാതന്ത്ര്യങ്ങൾ മനുഷ്യാവകാശ പ്രഖ്യാപനത്തിലെ വിവിധ വകുപ്പുകളിൽ വിവരിച്ചിട്ടുള്ള 19 മുതൽ 22 വരെയുള്ള അനുഛേദങ്ങളിൽ ഉൾപ്പെടുത്തിയിരിക്കുന്നു. നീതിപീഠങ്ങളുടെ വ്യാഖ്യാനഫലമായി വ്യക്തിസ്വാതന്ത്ര്യം, പ്രത്യേകിച്ചും അനുഛേദം 21 ൽ ജീവനും വ്യക്തിസ്വാതന്ത്ര്യത്തിനുമുള്ള മൗലികാവകാശം ഇന്ന് ഭക്ഷണം, വസ്ത്രം, പാർപ്പിടം, മാലിന്യമുക്ത പരിസ്ഥിതി, സൗജന്യ വിദ്യാഭ്യാസം, വൈദ്യസഹായം, സ്വകാര്യത, അറിയാനുള്ള അവകാശം, സൗജന്യ നിയമസഹായം, കാലതാമസമില്ലാത്ത കുറ്റവിചാരണ, പീഡനരഹിത ജീവിതം (സ്ത്രീകൾക്കും കുട്ടികൾക്കും

പ്രത്യേകിച്ചും) എന്നിവയൊക്കെ ഉൾപ്പെടുന്ന ബൃഹത്തായ ഒരു സംജ്ഞയാണ്.

അനുഛേദങ്ങൾ 23, 24 ലാണ് മൗലികാവകാശങ്ങൾ ഉറപ്പു നല്കിയിരിക്കുന്നത്. മനുഷ്യാവകാശ പ്രഖ്യാപനത്തിലെ 4-ാം അനുഛേദത്തിൽ അടിമത്തം അടിമത്തപ്പണി എന്നിവ നിരോധിച്ചിട്ടുള്ളതിനാൽ 23 ലും അടിമപ്പണിയും ഭിക്ഷയെടുപ്പിക്കലും നിരോധിച്ചിരിക്കുന്നു. ശിശുത്തൊഴിലിനും (ബാലവേല) ഈ നിരോധനം ബാധകമാക്കി. (ബാലവേല നിരോധന ആക്ട്, 1986 ഈ ആശയത്തെ മുൻനിർത്തി നിർമിച്ചതാണ്) 14 വയസ്സു വരെയുള്ള കുട്ടികളുടെ അവകാശവും സംരക്ഷിച്ചിട്ടുണ്ട്. 2005 ലെ ബാലാവകാശ സംരക്ഷണ കമീഷൻ ആക്ടിന്റെ ആശയം ഇതിൽ ഊന്നിയാണ് രൂപപ്പെട്ടത്. എന്നാൽ 1948 നുശേഷം അംഗീകരിച്ച അന്താരാഷ്ട്ര ഉടമ്പടികളിലെ വ്യവസ്ഥകൾക്ക് സമാനമായ വ്യവസ്ഥകളാണ് ബാലവേല നിരോധനം വഴി നമ്മൾ സ്വീകരിച്ചിട്ടുള്ളത്. മാർഗ്ഗനിർദ്ദേശകതത്ത്വങ്ങളിലെ (നാലാം ഭാഗം) സമാനമായ നിർദ്ദേശങ്ങളുടെ അതേ വ്യവസ്ഥകളാണ് മൗലികാവകാശത്തിനുമുള്ളത്. ഇന്ത്യയിലെ സുപ്രീംകോടതി മൗലികാവകാശങ്ങളുടെ കാവൽഭടനാണ്. കാരണം, 32-ാം അനുഛേദത്തിൽ വ്യവസ്ഥയുള്ള മൗലികാവകാശം മറ്റു മൗലികാവകാശങ്ങളുടെ സംരക്ഷണത്തിനായി സുപ്രീം കോടതിയെ സമീപിക്കാമെന്ന് അവകാശം ഉറപ്പാക്കുന്നു. കോടതിക്ക് യുക്തമായ നിർദ്ദേശങ്ങൾ/ഉത്തരവുകൾ പുറപ്പെടുവിക്കാൻ അധികാരം നല്കുന്നു. ഈ വ്യവസ്ഥയുടെ അനുഗ്രഹത്താലാണ് മൗലികാവകാശങ്ങൾ മൗലികസ്വഭാവം നിലനിർത്തുന്നത്. മറ്റൊരു സവിശേഷത ശ്രദ്ധിച്ചാലും. മനുഷ്യാവകാശ പ്രഖ്യാപനത്തിന്റെ ന്യൂനതയായി നിയമപ്രാബല്യം ഇല്ലായ്മ ചൂണ്ടിക്കാട്ടുന്നു. എന്നാൽ മൗലികാവകാശങ്ങൾക്ക് 32-ാം അനുഛേദ പ്രകാരം നിയമപ്രാബല്യമുണ്ടുതാനും.

ഭരണഘടനയുടെ നാലാം ഭാഗത്തെ മാർഗ്ഗനിർദ്ദേശകതത്ത്വങ്ങളായി ചേർക്കപ്പെട്ടിട്ടുള്ള പല തത്ത്വങ്ങളും, പ്രത്യേകിച്ചും ക്ഷേമപരിപാടികൾ 1948 നുശേഷം അവതീർണ്ണമായ അന്താരാഷ്ട്ര ഉടമ്പടികളിലും സ്ഥാനം പിടിച്ചിട്ടുള്ളവയാണ്. നമ്മുടെ രാജ്യത്ത് മനുഷ്യാവകാശങ്ങൾക്കു ലഭിച്ചിട്ടുള്ള അംഗീകാരം മഹത്തരമാണ്. പൗരത്വാവകാശവും രാഷ്ട്രീയാവകാശവും മാത്രമായിരുന്ന അവകാശങ്ങൾ സാമൂഹിക-സാമ്പത്തികാവകാശങ്ങളായി വളർന്ന് അതിന്റെ വികസനത്തിനുള്ള അവകാശം എന്ന അന്താരാഷ്ട്രതലം വരെ നമ്മുടെ മൗലികാവകാശസങ്കല്പം രൂപമാറ്റം നടത്തിക്കഴിഞ്ഞു. ദേശീയ-സംസ്ഥാനതലങ്ങളിൽ രൂപീകരിക്കപ്പെട്ട മനുഷ്യാവകാശകമ്മീഷനുകളുടെ അർത്ഥപൂർണ്ണമായ പ്രവർത്തനങ്ങളാൽ അവകാശ സംരക്ഷണം മെച്ചപ്പെടുമെന്ന് പ്രതീക്ഷിക്കുന്നതിൽ തെറ്റൊന്നുമില്ല. അവകാശ സംരക്ഷണത്തിനായി ഇന്ത്യയിൽ അനേകം ആക്റ്റുകൾ രാഷ്ട്രീയ ഇച്ഛാശക്തിയാൽ നിർമ്മിതമായിട്ടുണ്ട്. കുട്ടികൾ, സ്ത്രീകൾ, വയോജനങ്ങൾ എന്നിവർക്കൊക്കെ അവരുടെ അവകാശ

ങ്ങൾ സംരക്ഷിക്കപ്പെടുമെന്ന് ഇന്ന് പ്രത്യാശിക്കാനുള്ള വകയുണ്ട്. അത്തരം ആക്ടുകളെക്കുറിച്ചുള്ള അവലോകനം ഇവിടെ നടത്തുന്നു. കുട്ടികളും സ്ത്രീകളും വയോജനങ്ങളും അവകാശങ്ങൾ അനുഭവിക്കുമ്പോൾ ഇവരെല്ലാം അടങ്ങുന്ന പൊതുസമൂഹവും അവകാശങ്ങൾ ആസ്വദിച്ച് ജീവിക്കാനുള്ള അവകാശമുണ്ടെന്ന് നാം ഓർക്കേണ്ടതുണ്ട്." "അവകാശങ്ങൾ സൗജന്യമല്ല, ഔദാര്യമല്ല. പ്രകൃതിദത്തമാണ്, ജന്മനാ ലഭ്യമാകുന്നതും. അതാണ് മനുഷ്യാവകാശങ്ങൾ."

നിയമ സാക്ഷരത സാധാരണക്കാരിൽ തുലോം കുറവാണ്. കാരണങ്ങൾ പലതാണ്. ഒന്നാമതായി വിദ്യാഭ്യാസത്തിൽ ഉന്നതിയില്ലായ്മയും രണ്ടാമതായി എല്ലാ നിയമങ്ങളും ഇന്ത്യയിൽ ഹിന്ദിയിലും ഇംഗ്ലീഷിലും മാത്രമേ പ്രസിദ്ധീകരിക്കുന്നുള്ളൂ എന്നതും. പ്രാദേശിക നിയമങ്ങൾ മിക്കപ്പോഴും ഇംഗ്ലീഷിൽ മാത്രവുമാണ്. ഇംഗ്ലീഷും ഹിന്ദിയും അറിയാത്ത സാധാരണക്കാർ നിയമകാര്യങ്ങളിൽ അറിവില്ലാത്തവരായി കഴിയാനാണ് ദുർവ്വിധി. അഥവാ ഈ നിയമങ്ങളെല്ലാം മലയാളത്തിൽ എട്ടും പത്തും വർഷങ്ങൾ സമയമെടുത്തുപോലും പരിഭാഷപ്പെടുത്തി ഗവൺമെന്റ് പ്രസിദ്ധീകരിക്കുന്നില്ല. എല്ലാ നിയമങ്ങളും പരിഭാഷപ്പെടുത്തുന്നുമില്ല. അങ്ങനെ സാധാരണക്കാർ എക്കാലവും അജ്ഞതയിൽ കഴിയുന്നതാണ് ഗവൺമെന്റിന് സഹായകരവും. ഈ സാഹചര്യത്തിലാണ് നിയമം ജനങ്ങൾ അറിയാനായി ഞാൻ എളിയ ശ്രമങ്ങൾ ആരംഭിച്ചത്. *അറിയാൻ നിയമങ്ങൾ, അറിയാനുള്ള അവകാശനിയമം, അറിയേണ്ടും നിയമകാര്യങ്ങൾ, ഗാർഹിക പീഡനത്തിൽനിന്നും സ്ത്രീകളെ സംരക്ഷിക്കൽ ആക്റ്റ്, സൈബർ നിയമങ്ങൾ ഇന്ത്യയിൽ, അറിവ് കുട്ടികൾക്കും ക്ഷേമം മുതിർന്നവർക്കും* എന്നീ പുസ്തകങ്ങളുടെ പ്രസിദ്ധീകരണത്തിനു മുതിർന്നത്. ഈ കൃതികളെല്ലാം സാധാരണക്കാരന് ഉപകാരപ്രദമായി എന്നു ഞാൻ വിശ്വസിക്കുന്നു. ഇത്തരുണത്തിലാണ് ചിന്ത പബ്ലിഷേഴ്സിന്റെ സാരഥികളുമായിച്ചേർന്ന് *അവകാശസംരക്ഷണം മുതിർന്നവർക്കും സ്ത്രീകൾക്കും കുട്ടികൾക്കും* എന്ന കൃതിയുടെ പ്രസിദ്ധീകരണത്തിനു തുനിഞ്ഞത്. ഈ രചന സാധാരണക്കാർക്ക് സമർപ്പിക്കാൻ അവസരം നല്കിയ ചിന്ത പബ്ലിഷേഴ്സിനോടുള്ള കടപ്പാട് മനസ്സിൽ സൂക്ഷിക്കുന്നു.

നമ്പർ 7, കളീക്കൽ
ഈസ്റ്റ് പട്ടം, തിരുവനന്തപുരം 4 **അഡ്വ. എം യൂനുസ് കുഞ്ഞ്**
10-01-2014

1

മാതാപിതാക്കൾ/മുതിർന്നപൗരന്മാർ സംരക്ഷണവും ക്ഷേമവും ആക്റ്റ്

രണ്ടായിരത്തി ഏഴിൽ കേന്ദ്രസർക്കാർ പാസാക്കി നടപ്പാക്കിയ ഒരു നിയമം മൂലം മാതാപിതാക്കൾക്കും മുതിർന്ന പൗരന്മാർക്കും ജീവിക്കാനുള്ള സാമ്പത്തിക സഹായവും സംരക്ഷണവും നല്കുന്നതിലേക്ക് ശ്രദ്ധ തിരിച്ചു കാണുന്നതിൽ അശരണരായ അനേകർക്ക് അനുഗ്രഹമായി ഭവിക്കുകയാണുണ്ടായത്. ഇത്തരത്തിൽ നിയമംമൂലം സംരക്ഷണവും ക്ഷേമവും ഒരു വിഭാഗം ജനങ്ങൾക്കാണ് കിട്ടിയിട്ടുള്ളത്. ഈ നിയമത്തെ അതിന്റേതായ ശ്രദ്ധയോടെ നടപ്പാക്കുന്നതിന്റെ ഉത്തരവാദിത്വം സർക്കാരിനും നിയമവകുപ്പിനും ജുഡീഷ്യറിക്കുമാണ്. ജനജീവിതത്തിന് ഏറെ ആശ്വാസം പകരുന്ന ഒന്നാണീ നിയമം, പ്രത്യേകിച്ചും, സങ്കീർണ്ണമായ സാഹചര്യങ്ങളാൽ പലപ്പോഴും ഏറെ ബുദ്ധിമുട്ടുകളും വേദനകളും അനുഭവിക്കുന്ന ഒരു ലോകത്ത് എന്നത് പ്രത്യേകം പ്രസ്താവ്യയോഗ്യമാണ്.

ഈ ആക്റ്റിന്റെ തുടക്കത്തിൽത്തന്നെ ഉത്തമവും കാര്യക്ഷമവുമായ രീതിയിൽ മാതാപിതാക്കളെയും വയോജനങ്ങളെയും എങ്ങനെ സഹായിക്കാനാകും, സംരക്ഷിക്കാനാകും എന്ന് വിശദീകരിക്കുന്നുണ്ട്. ഭരണഘടനയിൽ നല്കപ്പെട്ട വ്യവസ്ഥകൾ പ്രകാരം കൂടുതൽ ഫലപ്രദമായി വ്യവസ്ഥകൾക്ക് രൂപം നല്കി മുതിർന്നവർക്കും അശരണരായ മാതാപിതാക്കൾക്കും സംരക്ഷണവും ക്ഷേമവും ഉറപ്പാക്കുന്നതിനും അതുമായി ബന്ധപ്പെട്ട വിഷയങ്ങൾ സംബന്ധിച്ചുമാണ് ഈ നിയമം പാസാക്കപ്പെട്ടതും നടപ്പാക്കിയതും.

ഈ നിയമം ജമ്മുകാശ്മീർ ഒഴികെയുള്ള ഇന്ത്യൻ യൂണിയനിലെ മുഴുവൻ സംസ്ഥാനങ്ങളിലും ഇന്ത്യയ്ക്കു പുറത്തുള്ള ഇന്ത്യാക്കാരായ പൗരന്മാർക്കു കൂടി ബാധകമാവുന്നതാണ്. സംസ്ഥാനങ്ങളിൽ ഈ

നിയമം പ്രാബല്യത്തിലെത്തണമെങ്കിൽ അതതു സംസ്ഥാനത്തെ സർക്കാരുകൾ ഗസറ്റിൽ തീയതി വച്ച് വിജ്ഞാപനം ചെയ്ത് അറിയിപ്പ് പ്രസിദ്ധീകരിക്കേണ്ടതാണ്.

ഈ നിയമം ഡിസംബർ, 2007 ൽ ലോക്സഭയിലും അടുത്തദിവസം തന്നെ രാജ്യസഭയിലും ബില്ല് പാസാക്കപ്പെട്ടു. ഇതേമാസത്തിൽ (ഡിസംബർ 2007 ൽ) രാഷ്ട്രപതിയുടെ അംഗീകാരവും ലഭ്യമായി.

ഇന്ത്യയിലെ സാമൂഹിക ജീവിതത്തിന്റെ പൈതൃകമായ ആചാരങ്ങളും മൂല്യങ്ങളും വൃദ്ധജനങ്ങൾക്ക് സംരക്ഷണം നല്കുന്നതിന് ഏറെ പ്രാധാന്യം കല്പിച്ചിരുന്നു. കൂട്ടുകുടുംബ സംവിധാനത്തിന്റെ തിരോധാനം കാരണം ഏറെ വൃദ്ധജനങ്ങൾ, പ്രത്യേകിച്ചും വിധവകളായ സ്ത്രീകൾ ഏറെ കഷ്ടപ്പെടുന്നത് കണക്കിലെടുത്താണ് ഇത്തരത്തിൽ ഒരു നിയമം നിർമ്മിക്കാൻ കേന്ദ്രസർക്കാർ തുനിഞ്ഞത്. അഗതികളും അശരണരുമായ അനേകർ തങ്ങളുടെ ജീവിതസായാഹ്നത്തിൽ ദുരിതങ്ങളും പേറി ജീവിക്കേണ്ടി വരുന്നുണ്ട്. അവർ ഏകാന്തതയിലും ഉപേക്ഷിക്കപ്പെട്ട അവസ്ഥയിലും ശാരീരികമായ അവശതയിലും സാമ്പത്തിക സഹായങ്ങളുടെ അഭാവത്തിലും കഷ്ടപ്പാടും പരിവട്ടവുമായി ജീവിതം ജീവിച്ചു തീർക്കുന്ന അവസ്ഥകൾ കാണാനാകുന്നു. അവരുടെ പരിരക്ഷകളും സംരക്ഷണവും സാമൂഹികവെല്ലുവിളികളായി കരുതി കൂടുതൽ ശ്രദ്ധിക്കപ്പെടേണ്ടതുണ്ടെന്നത് യാഥാർത്ഥ്യമാണ്.

മാതാവോ/പിതാവോ ജീവിക്കാൻ സാമ്പത്തികമായി കരുത്തില്ലാതെയോ ശാരീരികമായോ അസ്വസ്ഥതകളാൽ പരസഹായമില്ലാതെ ജീവിക്കാൻ കഴിയാതെ വരികയോ പരിചരണമില്ലാതെയും ശുശ്രൂഷയില്ലാതെയും ജീവിതം ദുസ്സഹമായിത്തീരുകയോ ചെയ്താൽ അവരുടെ സന്തതികളോ അടുത്ത ബന്ധുക്കളോ അവരെ സംരക്ഷിക്കാനുള്ള ബാദ്ധ്യതയുണ്ടെന്ന കാര്യം മിക്കവരും വിസ്മരിക്കുന്ന കാഴ്ച സുലഭമാണ് ഇന്ന്. അവർക്ക് വേണ്ടതായ ജീവിതച്ചെലവ് (ജീവനാംശം) നല്കേണ്ടത് അവരുടെ മക്കളാണ്. അവരെ സംരക്ഷിച്ച് സൂക്ഷിക്കേണ്ടതും മക്കളുടെ ചുമതലയാണ്. മാതാപിതാക്കൾക്ക് ജീവിക്കാനുള്ള സാമ്പത്തിക സഹായം (1973–ലെ ക്രിമിനൽ നടപടി നിയമം 125–ാം വകുപ്പിൽ) അവരുടെ മക്കൾ നല്കണമെന്ന് വ്യവസ്ഥയുണ്ട്. എന്നാൽ, ഈ വ്യവസ്ഥയനുസരിച്ചുള്ള സഹായം ലഭിക്കുന്നതിനുള്ള നടപടിക്രമങ്ങൾ ഏറെ ചെലവേറിയതും ഏറെ സമയമെടുക്കുന്നതുമാണെന്ന് തെളിയിക്കപ്പെട്ട വസ്തുതയാണ്. ജീവനാംശത്തിനായുള്ള അവകാശം ലഭ്യമാക്കാൻ ലളിതവും ചെലവു കുറഞ്ഞതും വേഗതയുമുള്ള വ്യവസ്ഥകൾ ആവശ്യമാണെന്ന കാര്യവും തെളിയിക്കപ്പെട്ട സംഗതിയാണ്. ഈ നിയമം മൂലം അവശരും ആലംബഹീനരുമായ ഒരു വിഭാഗത്തെ സംരക്ഷിക്കുവാൻ കഴിയുന്ന വ്യവസ്ഥകൾ ഈ നിയമത്തിലുണ്ട്.

വൃദ്ധജനങ്ങളുടെ അനന്തരാവകാശി എന്നതിൽ അവർക്കുള്ള വസ്തുവകകൾ ലഭിക്കുന്ന വ്യക്തികളിന്മേൽ അവരെ പരിപാലിക്കുന്ന

തിനുള്ള ബാദ്ധ്യത നിക്ഷിപ്തമാക്കുന്നതിനും ഈ നിയമം വഴിയൊരുക്കുന്നു. നിരാലംബരായ വൃദ്ധജനങ്ങളെ താമസിപ്പിച്ച് പരിപാലിക്കുന്നതിനായി വൃദ്ധസദനങ്ങൾ സ്ഥാപിക്കുന്നതിനുള്ള ബാദ്ധ്യത സർക്കാരിനുണ്ടെന്ന് നിയമത്തിൽ വ്യവസ്ഥയുണ്ട്. മാത്രവുമല്ല, അവർക്ക് മെച്ചപ്പെട്ട ചികിത്സാസൗകര്യങ്ങൾ ഏർപ്പാടാക്കുന്നതിനും അത്തരം സൗകര്യങ്ങൾ ഉറപ്പാക്കാനും വ്യവസ്ഥ ചെയ്യുന്നുണ്ട്.

മറ്റു വിവിധ വ്യവസ്ഥകളും നിർദ്ദേശങ്ങളും ഇങ്ങനെയാണ്: 1. മാതാപിതാക്കൾക്കും മുതിർന്ന പൗരന്മാർക്കും അവശ്യാധിഷ്ഠിതമായ പരിരക്ഷ നല്കുന്നതിനായി അനുയോജ്യമായ സംവിധാനത്തിന് രൂപം നല്കേണ്ടതാണ്. (വൃദ്ധസദനങ്ങൾ സ്ഥാപിക്കുന്നത് ഈ വ്യവസ്ഥ പ്രകാരമാണ്).

2. മുതിർന്ന പൗരന്മാർക്ക് മെച്ചപ്പെട്ട ചികിത്സാ സൗകര്യങ്ങൾ ഒരുക്കണം. (ആശുപത്രികളിൽ പ്രത്യേകമായ ഒ പിയും, ജീറിയാട്രിക് വാർഡും, ജീറിയാട്രിക് പരിശീലനം സിദ്ധിച്ച ഡോക്ടറും ഉള്ള സംവിധാനമാണ് ലക്ഷ്യമിടുന്നത്).

3. മുതിർന്ന പൗരന്മാരുടെ ജീവനും സ്വത്തിനും സംരക്ഷണം നല്കുന്നതിന് അനുയോജ്യമായ സംവിധാനത്തിന് രൂപം നല്കണം. (സാമ്പത്തികസംരക്ഷണം, നിയമസംരക്ഷണം എന്നിവ ഏർപ്പാടാക്കണം).

4. ജില്ലകൾ തോറും വൃദ്ധസദനങ്ങൾ സ്ഥാപിക്കണം. മേൽപ്പറഞ്ഞ ഉദ്ദേശ്യങ്ങൾ നടപ്പാക്കുന്നതിന് മാതാപിതാക്കൾക്കും വൃദ്ധജനങ്ങൾക്കും വേണ്ടുന്നതായ നിയമപരിരക്ഷ നല്കുന്നതിനായി ഉദ്ദേശിച്ചിട്ടുള്ള നിയമമാണിതെന്നു കാണാനാകും. ഈ രാജ്യത്തെ വയോജനങ്ങൾ ഉൾപ്പെടെ മാതാപിതാക്കൾ ഏറെ കഷ്ടപ്പെടുന്ന സാഹചര്യങ്ങളിൽ അവർക്ക് ക്ഷേമവും സമാധാനവും സന്തോഷവും നല്കാനാകുമെന്ന് ഈ നിയമം പ്രതീക്ഷയ്ക്കു വക നല്കുന്നുവെന്ന് കാണാം. ജീവിതകാലം മുഴുവനും സ്വന്തം കുടുംബത്തിനും രാജ്യത്തിനും വേണ്ടി പണിയെടുത്ത അനേകം രക്ഷിതാക്കൾക്കു ഈ നിയമം അനുഗ്രഹമാകും.

'സംരക്ഷണം' എന്ന വാക്കിന് നിയമപരമായ അർത്ഥം ഇങ്ങനെ: സ്വന്തമായി നിലനില്പിന് ശേഷിയില്ലാത്ത മാതാപിതാക്കൾ ഉൾപ്പെടെയുള്ള ഒരു പൗരന് സംരക്ഷണം നല്കൽ എന്നാണ് വിവക്ഷ. ഒരു മുതിർന്ന പൗരനെ സംരക്ഷിക്കാനുള്ള മക്കളുടെയോ ബന്ധുക്കളുടെയോ ബാദ്ധ്യത അങ്ങനെയുള്ള മുതിർന്ന പൗരന് സാധാരണജീവിതം നയിക്കുന്നതിലേക്ക് ആവശ്യമായ എല്ലാ സൗകര്യങ്ങളും ചെയ്തു കൊടുക്കുന്നത് നിർബ്ബന്ധിതമായ കാര്യമാകുന്നു. അച്ഛന് അല്ലെങ്കിൽ അമ്മയ്ക്ക് സാധാരണ ജീവിതം നയിക്കുന്നതിലേക്ക് ആവശ്യമായ എല്ലാ സൗകര്യങ്ങളും ചെയ്തുകൊടുക്കുവാൻ ഈ നിയമം മക്കളുടെ ബാദ്ധ്യതയാണെന്ന് ഉറപ്പിച്ചു വ്യവസ്ഥ ചെയ്യുന്നു. അതിനുള്ള നിർദ്ദേശവും ഒപ്പം നല്കുന്നുമുണ്ട്. മാതാപിതാക്കളുടെ അല്ലെങ്കിൽ മുതിർന്ന പൗരന്റെ ബന്ധുവും മതിയായ വരുമാനമുള്ള വ്യക്തിയും മുതിർന്ന

ഒഴിവാകാൻ ശ്രമിക്കുന്ന പക്ഷം മനഃപൂർവ്വം ട്രൈബ്യൂണൽ മുമ്പാകെ ഹാജരാകാൻ ഉപേക്ഷ കാണിക്കുകയാണെന്ന് ബോദ്ധ്യമുണ്ടായാൽ കേസ് "എക്സ് പാർട്ടി"യായി വാദം കേട്ട് തീരുമാനിക്കേണ്ടതാണെന്ന് വ്യവസ്ഥ ചെയ്യുന്നു. (എക്സ് പാർട്ടി എന്നാൽ കക്ഷിയില്ലാതെ എന്നർത്ഥം) (ഈ വ്യവസ്ഥ കൊണ്ടുള്ള ഗുണം വയോജനങ്ങൾക്ക് കൂടെ ക്കൂടെ കേസിനുവേണ്ടി ഹാജരാക്കേണ്ടിവരുന്നില്ല). എന്നാൽ, മക്കളോ ബന്ധുക്കളോ വിദേശികളാണെങ്കിൽ കേന്ദ്ര സർക്കാർ വിജ്ഞാപനം മുഖേന ഇതിലേക്കായി നിർദ്ദേശിക്കപ്പെട്ടിട്ടുള്ള അധികാരസ്ഥാപനം വഴി സമൻസ് നടത്താവുന്നതാണെന്നും വ്യവസ്ഥ ചെയ്യുന്നുണ്ട്.

സംരക്ഷണ ഉത്തരവിന് അല്ലെങ്കിൽ പ്രതിമാസ ബത്തയ്ക്കുള്ള അപേക്ഷകൾ വാദം കേൾക്കും മുൻപ് 'കൺസിലിയേഷൻ ഓഫീസർ' (അനുരഞ്ജനത്തിനായി നിയോഗിക്കപ്പെട്ട ഉദ്യോഗസ്ഥൻ)ക്ക് അയക്കേ ണ്ടതും അദ്ദേഹത്തിന്റെ കണ്ടെത്തലുകൾ ഒരു മാസത്തിനുള്ളിൽ ട്രൈബ്യൂണൽ മുമ്പാകെ നല്കി ഉഭയസമ്മതത്തോടെ ഒത്തുതീർപ്പിൽ എത്തിച്ചേരുന്ന പക്ഷം അതിൻപടി ട്രൈബ്യൂണൽ ഉത്തരവ് പാസാക്കേ ണ്ടതാണ്.

കൺസിലിയേഷൻ ഓഫീസർ (അനുരഞ്ജന ഉദ്യോഗസ്ഥൻ) എന്നാൽ, ഏതെങ്കിലും സംഘടനാ പ്രതിനിധിയോ അല്ലെങ്കിൽ സംസ്ഥാന സർക്കാർ നാമനിർദ്ദേശം ചെയ്യപ്പെട്ട മെയിന്റനൻസ് ഓഫീ സർമാരോ (ജീവനാംശം, അല്ലെങ്കിൽ ഉപജീവനബത്ത ലഭ്യമാക്കാൻ ഉത്തരവാദിത്വമുള്ള ഉദ്യോഗസ്ഥർ) അല്ലെങ്കിൽ ഈ ആവശ്യത്തിലേ ക്കായി ട്രൈബ്യൂണൽ നാമനിർദ്ദേശം ചെയ്തിട്ടുള്ള മറ്റേതെങ്കിലും വ്യക്തി എന്നാണ് അർത്ഥമാക്കുന്നത്.

സംസ്ഥാനങ്ങളിൽ ഈ ആക്ട് പ്രാബല്യത്തിലെത്തി ആറുമാസ ത്തിനുള്ളിൽ സംരക്ഷണ അപേക്ഷകളിന്മേൽ തീരുമാനമെടുക്കുന്നതി നായി ഔദ്യോഗിക ഗസറ്റ് വിജ്ഞാപനം മുഖേന ഓരോ സബ്ഡിവിഷ നിലും ഒന്നോ അതിലധികമോ ട്രൈബ്യൂണലുകൾ സ്ഥാപിക്കേണ്ടതാ ണെന്ന് വ്യവസ്ഥ ചെയ്യുന്നു. ട്രൈബ്യൂണലിന്റെ അദ്ധ്യക്ഷൻ, സംസ്ഥാ നത്തെ റവന്യൂ ഡിവിഷണൽ ഓഫീസറുടെ റാങ്കിനു താഴെയല്ലാത്ത ഒരു ഓഫീസറായിരിക്കണമെന്നും, ഒന്നിൽ കൂടുതൽ ട്രൈബ്യൂണലുക ളുണ്ടെങ്കിൽ, പ്രദേശത്തെ ഓരോ ട്രൈബ്യൂണലിനും അധികാരങ്ങളും ചുമതലകളും വീതിച്ചു നല്കണം. അന്വേഷണ വിചാരണ നടത്തുമ്പോൾ ട്രൈബ്യൂണലിന് ഇതിലേക്കായി നിർമ്മിച്ചിട്ടുള്ള ചട്ടങ്ങൾക്കനുസൃതമായി യുക്തമെന്ന് തോന്നുന്ന സമ്മറി നടപടിക്രമങ്ങൾ പിൻതുടരാവുന്നതാണ് (സമ്മറി നടപടിക്രമങ്ങൾ എന്നാൽ കാലതാമസമില്ലാതെ, നീണ്ടുപോ കാതെ, വേഗത്തിൽ തീരുമാനമെടുക്കുക എന്നാണ് അർത്ഥം).

തെളിവെടുക്കാനും സാക്ഷികളെ വിളിച്ചുവരുത്തുവാനും ആധാര ങ്ങളും രേഖകളും മറ്റും കണ്ടെത്തുന്നതിനും, ഹാജരാക്കാൻ നിർബ്ബന്ധി ക്കുന്നതിനും മറ്റു സംഗതികളെ സംബന്ധിച്ചും ട്രൈബ്യൂണലിനെ എല്ലാ

കാര്യങ്ങൾക്കും കോടതിയായി കരുതപ്പെടുന്നു. ട്രൈബ്യൂണലിനെ സഹായിക്കാനായി പ്രത്യേക വിഷയത്തിന് ഒന്നോ രണ്ടോ അറിവുള്ളവരെ വിചാരണയിൽ പങ്കെടുപ്പിക്കാവുന്നതാണ്.

മുതിർന്ന പൗരന്റെ മക്കളോടോ ബന്ധുക്കളോടോ അവരെ സംരക്ഷിക്കുന്നതിൽ ഉപേക്ഷവിചാരിക്കുകയോ വിസമ്മതിക്കുകയോ ചെയ്യുന്നതായി ട്രൈബ്യൂണലിനു ബോദ്ധ്യപ്പെടുന്ന പക്ഷം അവരോട് ഒരു നിശ്ചിത തുക സമയാസമയം നിശ്ചയിക്കുന്നതിൻ പ്രകാരം പ്രതിമാസം നല്കുവാൻ ഉത്തരവിടാവുന്നതാണ്. പ്രതിമാസ സംരക്ഷണതുക എത്ര ആയിരിക്കണമെന്ന് നിശ്ചയിക്കേണ്ടത് സംസ്ഥാന സർക്കാർ ആണ്. എന്നാൽ, അത് പതിനായിരം രൂപയിൽ അധികമാവാൻ പാടില്ലാത്തതാണെന്ന് വ്യവസ്ഥയുണ്ട്.

തെറ്റായ തെളിവിൻമേലോ അല്ലെങ്കിൽ പ്രതിമാസ അലവൻസ് ലഭിച്ചുകൊണ്ടിരിക്കുന്നതോ അല്ലെങ്കിൽ ജീവനാംശമായി ഒരു തുക ഉത്തരവായിരിക്കുന്ന ഏതെങ്കിലും വ്യക്തിയുടെ ജീവിതസാഹചര്യങ്ങളിൽ മാറ്റം വന്നുവെന്ന് തെളിവുണ്ടെങ്കിൽ അതിൻ പ്രകാരം യുക്തമെന്ന് തോന്നുന്ന മാറ്റം വരുത്താവുന്നതാണ്. കൂടാതെ, ഏതെങ്കിലും സിവിൽ കോടതിയുടെ തീരുമാന ഫലമായി പുറപ്പെടുവിച്ച ഉത്തരവ് ഭേദഗതി ചെയ്യുകയോ റദ്ദു ചെയ്യുകയോ ചെയ്യേണ്ടതാണെന്ന് തോന്നുന്നുവെങ്കിൽ അപ്രകാരം ചെയ്യുന്നതിന് ട്രൈബ്യൂണലിന് അധികാരം ഉണ്ടായിരിക്കുന്നതാണ്.

സംരക്ഷണ ഉത്തരവ് പ്രാവർത്തികമാക്കുന്നതിന് സംരക്ഷണ ഉത്തരവിന്റെയും കോടതിച്ചെലവ് അനുവദിച്ചുകൊണ്ടുള്ള ഉത്തരവിന്റെയും പകർപ്പുകൾ മുതിർന്ന പൗരനോ രക്ഷകർത്താവിനോ അല്ലെങ്കിൽ അപേക്ഷ നല്കിയ ആളിനോ സൗജന്യമായി നല്കേണ്ടതാണ്. പ്രതിയുടെ താമസസ്ഥലത്തെ ട്രൈബ്യൂണലിന് ആ വ്യക്തിയുടെ തിരിച്ചറിയൽ വിവരം ബോധ്യപ്പെട്ടശേഷം അലവൻസ് തുക നല്കാതിരുന്നതിനോ അല്ലെങ്കിൽ വ്യവഹാര ചെലവ് നൽകാതിരുന്നതിനോ എതിരെയുള്ള ഉത്തരവ് നടപ്പാക്കേണ്ടതാണെന്ന് വ്യവസ്ഥയുണ്ട്. സംരക്ഷണ ഉത്തരവിന് മജിസ്ട്രേറ്റ് കോടതിയുടെ ഉത്തരവിനോട് തുല്യതയുമുണ്ട്, പ്രാധാന്യവുമുണ്ട്. അതിനാൽ അത്തരമൊരു ഉത്തരവ് നടപ്പാക്കേണ്ട രീതിയിൽ തന്നെ ട്രൈബ്യൂണൽ ഉത്തരവ് നടപ്പാക്കേണ്ടതുമാണ്.

സംരക്ഷണം തേടിയുള്ള അപേക്ഷ ഇന്ത്യൻ ശിക്ഷാ നിയമപ്രകാരവും ഈ ആക്റ്റ് പ്രകാരവും മുതിർന്ന പൗരന്മാർ സംരക്ഷണത്തിന് അർഹരാണ്. എന്നാൽ ഇന്ത്യൻ ശിക്ഷാ നിയമത്തിന് ദോഷകരമാകാത്ത രീതിയിൽ ഏതെങ്കിലും ഒരു നിയമത്തിൻകീഴിൽ മാത്രമേ സംരക്ഷണാവകാശം ഉന്നയിക്കാനാവൂ. അതുപോലെ ഒരേസമയം രണ്ടു നിയമങ്ങൾപ്രകാരം അവകാശവാദം ഉന്നയിക്കാൻ പാടില്ലാത്തതാകുന്നു.

സംരക്ഷണ ഉത്തരവ് പാസായി 30 ദിവസത്തിനുള്ളിൽ ബന്ധപ്പെട്ട കക്ഷി ട്രൈബ്യൂണൽ നിർദ്ദേശിക്കുംവിധത്തിൽ മുഴുവൻ തുകയും നിക്ഷേപിക്കേണ്ടതും സംരക്ഷണത്തുക വൈകുമെങ്കിൽ ആ തുകയ്ക്കു

പുറമെ ലഘുപലിശ കൂടി (5 മുതൽ 18 ശതമാനം വരെ) അപേക്ഷ സമർപ്പിക്കുന്ന തീയതിക്ക് മുമ്പല്ലാത്ത ഒരു തീയതി മുതൽ നല്കാൻ ഉത്തരവിൽ നിർദ്ദേശിക്കാവുന്നതാണ്. എന്നാൽ, ഈ ആക്റ്റ് പ്രാബല്യത്തിൽവരുമ്പോൾ ക്രിമിനൽ നടപടി നിയമപ്രകാരം ഒരു സംരക്ഷണ അപേക്ഷ കോടതിയിൽ പരിഗണനയിലിരിക്കുകയാണെങ്കിൽ മുതിർന്ന പൗരന്റെ ആവശ്യപ്രകാരം അപേക്ഷ പിൻവലിക്കാൻ അനുവദിക്കാം. ട്രൈബ്യൂണലിനു മുമ്പാകെ പുതുതായി അപേക്ഷ നല്കാൻ മുതിർന്ന പൗരന് അവകാശമുണ്ടായിരിക്കുന്നതാണ്.

ട്രൈബ്യൂണൽ ഉത്തരവിനെതിരെ ആക്ഷേപമുണ്ടെങ്കിൽ അപ്പലേറ്റ് ട്രൈബ്യൂണലിനെ സമീപിക്കാം. ഇതിനായി സംസ്ഥാന സർക്കാർ ഒരു ജില്ലയിൽ ഒന്നു വീതം അപ്പലേറ്റ് ട്രൈബ്യൂണൽ സ്ഥാപിക്കേണ്ടതാണ്. ഗസറ്റ് വിജ്ഞാപനം വഴി വേണം ട്രൈബ്യൂണൽ സ്ഥാപിക്കേണ്ടത്. അപ്പലേറ്റ് ട്രൈബ്യൂണലിന്റെ അദ്ധ്യക്ഷനായി ജില്ലാ മജിസ്ട്രേറ്റിന്റെ താഴെയല്ലാത്ത റാങ്കിലുള്ള ഓഫീസർ ആയിരിക്കണമെന്ന് വ്യവസ്ഥയുണ്ട്. ട്രൈബ്യൂണൽ ഉത്തരവിനെതിരെ അപ്പീൽ ഫയൽ ചെയ്യേണ്ടത് 60 ദിവസത്തിനകം ആയിരിക്കണം. എന്നാൽ, അപ്പീൽ നിലനില്ക്കുമ്പോഴും മുൻ ട്രൈബ്യൂണൽ ഉത്തരവുപ്രകാരം മക്കളോ, ബന്ധുക്കളോ, അങ്ങനെയുള്ള രക്ഷകർത്താവിനോ മുതിർന്ന പൗരനോ നല്കേണ്ടതായ തുക അപ്പലേറ്റ് ട്രൈബ്യൂണൽ നിർദ്ദേശിക്കും പ്രകാരം തുടർന്നും നല്കേണ്ടതാണ്. അറുപതു ദിവസത്തിനകം അപ്പീൽ ബോധിപ്പിക്കേണ്ടതാണെന്നും പറഞ്ഞുവല്ലോ? എന്നാൽ, അപ്പീൽ സമർപ്പിക്കാൻ കാലതാമസുണ്ടായിട്ടുണ്ടെങ്കിൽ മതിയായ കാരണം ബോദ്ധ്യപ്പെടുമെങ്കിൽ ആയത് ഇളവു ചെയ്യുവാൻ അപ്പലേറ്റ് ട്രൈബ്യൂണലിന് അധികാരമുണ്ട്. അപ്പീൽ സ്വീകരിച്ചശേഷം എതിർകക്ഷിക്ക് നോട്ടീസ് നടത്തണം. ഏത് ട്രൈബ്യൂണലിൽ നിന്നാണോ ഉത്തരവ് വന്നിട്ടുള്ളതെന്ന് നോക്കി അവിടെ നിന്നും അതിന്റെ നടപടി രേഖകൾ വിളിച്ചുവരുത്തേണ്ടതുണ്ട്. ആ രേഖകൾ പരിശോധിച്ച് യുക്തമെന്ന് തോന്നിയാൽ അപ്പീൽ കാര്യകാരണസഹിതം അനുവദിക്കുകയോ തള്ളുകയോ ചെയ്യാവുന്നതാണ്.

അപ്പലേറ്റ് ട്രൈബ്യൂണലിന്റെ തീരുമാനം അന്തിമമായിരിക്കും. എങ്കിലും, ഇരുകക്ഷികൾക്കോ അല്ലെങ്കിൽ മുറപ്രകാരം അധികാരപ്പെടുത്തിയിട്ടുള്ള ഏജന്റ് വഴിയോ വാദം കേൾക്കാൻ അവസരം നല്കാതെ യാതൊരു അപ്പീലും നിരസിക്കരുതെന്ന് വ്യവസ്ഥയുണ്ട്. ഇരുകക്ഷികളുടെയോ, മുറപ്രകാരം ഏർപ്പെടുത്തിയ ഏജന്റിന്റെയോ വാദം കേൾക്കാൻ അവസരം നല്കാതെ യാതൊരു അപ്പീലും നിരസിക്കരുതെന്നും അനുശാസിക്കുന്നുണ്ട്. അപ്പീൽ സ്വീകരിച്ച് ഒരു മാസത്തിനുള്ളിൽ അതിന്മേൽ ഉത്തരവു പുറപ്പെടുവിക്കുവാൻ ശ്രമിക്കണമെന്നും, അപ്പലേറ്റ് ട്രൈബ്യൂണൽ ഉത്തരവുകളുടെ പകർപ്പുകൾ ഇരുകക്ഷികൾക്കും സൗജന്യമായി അയച്ചുകൊടുക്കണമെന്നും നിർദ്ദേശമുണ്ട്.

മറ്റൊരു പ്രാധാന്യമുള്ള വ്യവസ്ഥയാകട്ടെ, ട്രൈബ്യൂണൽ അപ്പലേറ്റ്

ട്രൈബ്യൂണൽ മുമ്പാകെ കക്ഷികൾക്കു വേണ്ടി അഭിഭാഷകർ ഹാജരാകാൻ പാടില്ലാത്തതാകുന്നു എന്ന നിർദ്ദേശമാണ്.

മെയിന്റനൻസ് ഓഫീസറായി ജില്ലാ സാമൂഹ്യ ക്ഷേമ ഓഫീസർമാരെയോ അതേ റാങ്കിനു താഴെയല്ലാത്ത മറ്റേതെങ്കിലും ഓഫീസറെയോ നിയമിക്കേണ്ടതാണ്. ഏതെങ്കിലും മാതാപിതാക്കൾ തങ്ങളുടെ കേസിൽ ട്രൈബ്യൂണലിലോ അപ്പലേറ്റ് ട്രൈബ്യൂണലിലോ മുമ്പാകെ തങ്ങൾക്കു വേണ്ടി ഹാജരാകുവാൻ മെയിന്റനൻസ് ഓഫീസറെ ചുമതലപ്പെടുത്തുവാൻ ഉദ്ദേശിക്കുന്നുവെങ്കിൽ അദ്ദേഹം ഹാജരാകേണ്ടതാണെന്ന് വ്യവസ്ഥ ചെയ്യുന്നു.

വൃദ്ധസദനങ്ങൾ ആവശ്യമാണെന്ന് കാണുന്ന ഇടങ്ങളിൽ സർക്കാർ അവ സ്ഥാപിക്കണമെന്ന് നിർദ്ദേശമുണ്ട്. ആദ്യഘട്ടമായി ജില്ലതോറും ഒന്ന് എന്ന ക്രമത്തിൽ ഘട്ടംഘട്ടമായി സ്ഥാപിക്കണമെന്നും, നടത്തിക്കൊണ്ടു പോകണമെന്നുമാണ് നിയമവ്യവസ്ഥയുള്ളത്. ഒരു വൃദ്ധസദനത്തിൽ കുറഞ്ഞത് 150 പേരെയെങ്കിലും പാർപ്പിക്കുവാനുള്ള സൗകര്യം ഉണ്ടായിരിക്കണം. ഇതിന്റെ തുടർച്ചയായി, സദനങ്ങളിലെ അന്തേവാസികളുടെ വൈദ്യപരിരക്ഷകൾക്കും വിനോദത്തിനുമായി നല്കേണ്ട വിവിധ സേവനങ്ങളുടെ നിലവാരം ഉൾപ്പെടെ ഭരണനിർവ്വഹണത്തിനായി പദ്ധതി രൂപപ്പെടുത്തേണ്ടതാണ്.

'അഗതികളായ' വൃദ്ധജനങ്ങൾ എന്നാൽ സ്വന്തം കാര്യങ്ങൾ നോക്കി നടത്താൻ തക്ക ശേഷിയില്ലാത്തവരും അതിനു തക്ക സാമ്പത്തികശേഷി ഇല്ലാത്തവരും ആണെന്ന് സർക്കാർ സമയാസമയം തീരുമാനിക്കുന്ന മുതിർന്ന ഏതെങ്കിലും പൗരൻ എന്നാണ് അർത്ഥമാക്കുന്നത്.

മുതിർന്ന പൗരന്മാർക്ക് താഴെ പറയുന്ന സൗകര്യങ്ങൾ സർക്കാർ ചെയ്തുകൊടുക്കേണ്ടതാണെന്ന് വ്യവസ്ഥയുണ്ട്.

(1) സർക്കാർ ആശുപത്രികളിൽ അല്ലെങ്കിൽ സർക്കാർ സഹായത്താൽ നടത്തുന്ന ആശുപത്രികളിൽ കഴിയാവുന്നിടത്തോളം എല്ലാ മുതിർന്ന പൗരന്മാർക്കും കിടക്കകൾ അനുവദിക്കേണ്ടതാണ്.

(2) മുതിർന്ന പൗരന്മാർക്ക് പ്രത്യേക ക്യൂവിനുള്ള വ്യവസ്ഥ ചെയ്യണം.

(3) പഴക്കം ചെന്നതും വാർദ്ധക്യസഹജമായി ഉണ്ടാകുന്നതും കടുത്ത ആരോഗ്യക്ഷയം ഉണ്ടാകുന്നതുമായ വിവിധതരം അസുഖങ്ങൾ ഉള്ള മുതിർന്ന പൗരന്മാർക്ക് ചികിത്സ നല്കുന്നതിനുള്ള വ്യവസ്ഥ ചെയ്യേണ്ടതാണ്.

(4) വാർദ്ധക്യസഹജമായ അസുഖങ്ങൾ, ആയുർദൈർഘ്യം വർധിപ്പിക്കൽ എന്നിവയെ സംബന്ധിച്ച് ഗവേഷണപ്രവർത്തനങ്ങൾ നടത്തണം.

(5) വൃദ്ധജനപരിപാലനത്തിൽ പ്രാഗൽഭ്യം നേടിയിട്ടുള്ള ഒരു മെഡിക്കൽ ആഫീസറുടെ നേതൃത്വത്തിൽ ഓരോ ജില്ലാ ആശുപത്രികളിലും വൃദ്ധരായ രോഗികൾക്കായി പ്രത്യേകം സംവിധാനങ്ങൾ ഉണ്ടാകണം.

മറ്റൊരു വ്യവസ്ഥ, മുതിർന്ന പൗരന്മാരുടെ ജീവനും സ്വത്തിനുമുള്ള സംരക്ഷണമാണ്. ക്ഷേമത്തിനായുള്ള പ്രചാരണം, ബോധവൽക്കരണം എന്നിവയും സർക്കാർ നടത്തണമെന്ന് അനുശാസിക്കുന്നു. ടെലിവിഷൻ, അച്ചടിമാധ്യമങ്ങൾ, റേഡിയോ എന്നീ മാധ്യമങ്ങളിൽ ഇടവിട്ടുള്ള പ്രചാരണത്തിലൂടെ വിപുലമായ പ്രചാരം നല്കണമെന്നും നിർദ്ദേശിക്കുന്നു. പോലീസ്-ജുഡിഷ്യറി സർവ്വീസിലെ അംഗങ്ങൾ ഉൾപ്പെടെയുള്ള കേന്ദ്ര സംസ്ഥാന ഓഫീസർമാർക്ക് ഈ നിയമവുമായി ബന്ധപ്പെട്ട വിഷയങ്ങളിൽ ബോധവൽക്കരണവും നല്കേണ്ടതാണെന്നും വ്യവസ്ഥയുണ്ട്. മുതിർന്ന പൗരന്മാരുടെ ക്ഷേമം സംബന്ധിച്ച വിഷയങ്ങളിലെ പ്രശ്ന പരിഹാരത്തിനായി നിയമ-ആഭ്യന്തര-ആരോഗ്യ-ക്ഷേമകാര്യ വകുപ്പുകൾ നല്കുന്ന സേവനങ്ങൾ തമ്മിൽ ഫലപ്രദമായ ഏകോപനം നടത്തേണ്ടതും അതു സംബന്ധമായി ആനുകാലികമായി പുനഃപരിശോധന നടത്തേണ്ടതാണെന്നും നിർദ്ദേശിക്കുന്നുണ്ട്.

മുതിർന്ന പൗരന്മാർക്കുള്ള ക്ഷേമകാര്യ-സംരക്ഷണം യഥാവിധി നടപ്പാക്കുന്നുണ്ടെന്ന് ഉറപ്പുവരുത്തേണ്ടതിനായി ജില്ലാ മജിസ്ട്രേറ്റിന് അധികാരവും ചുമതലയും നല്കിയിട്ടുണ്ട്. ജില്ലാ മജിസ്ട്രേറ്റ്, ജില്ലാ കളക്ടറാണ്. കളക്ടറുടെ കീഴുദ്യോഗസ്ഥർക്ക് ഈ അധികാരങ്ങൾ മുഴുവനായോ ഭാഗികമായോ വിനിയോഗിക്കുന്നതിനും മേൽപ്പറഞ്ഞ ചുമതലകൾ മുഴുവനായോ അതല്ലെങ്കിൽ അവയിലേതെങ്കിലുമോ വിനിയോഗിക്കുന്നതിനും ചുമതലപ്പെടുത്താവുന്നതുമാണ്. ആ ഓഫീസർ മേൽപ്പറഞ്ഞ ചുമതലകൾ നിർവ്വഹിക്കേണ്ടതാണെന്നും വ്യവസ്ഥ ചെയ്യുന്നു. ജീവനും സ്വത്തിനും സംരക്ഷണം നല്കുന്നതിന് സമഗ്രമായ പ്രവർത്തന പദ്ധതി സംസ്ഥാന സർക്കാർ രൂപപ്പെടുത്തേണ്ടതാണെന്നും വ്യവസ്ഥ ചെയ്യുന്നു.

കൂടാതെ, ഏറെ പ്രാധാന്യമുള്ള മറ്റൊരു വ്യവസ്ഥ ഇങ്ങനെ: ഒരു മുതിർന്ന പൗരൻ തന്റെ അടിസ്ഥാന ശാരീരിക ആവശ്യങ്ങളും മറ്റ് അടിസ്ഥാന സൗകര്യങ്ങളും നല്കണമെന്ന വ്യവസ്ഥയിൽ തന്റെ സ്വത്ത് ഇഷ്ടദാനമായോ മറ്റുവിധത്തിലോ ഒരു വ്യക്തിക്ക് (മകൻ, മകൾ, ബന്ധു) നല്കുകയും വസ്തു കൈവശം കിട്ടിയ വ്യക്തി മുതിർന്ന പൗരന്റെ ആവശ്യങ്ങളും സൗകര്യങ്ങളും സാധിച്ചുകൊടുക്കുന്നതിൽ വീഴ്ച വരുത്തുകയും ചെയ്തിട്ടുണ്ടെങ്കിലോ അല്ലെങ്കിൽ അതിനു വിസമ്മതിക്കുകയോ ചെയ്യുമെങ്കിൽ വസ്തു കൈമാറ്റം ചതിയിലൂടെയോ ബലപ്രയോഗത്തിലൂടെയോ അല്ലെങ്കിൽ അനുചിത സ്വാധീനത്തിലൂടെയോ നേടിയതാണെന്ന് അനുമാനിക്കപ്പെടുന്നതും വസ്തു എഴുതിക്കൊടുത്തയാളിന്റെ ഇഷ്ടാനുസരണം ട്രൈബ്യൂണലിന് ആ വസ്തുകൈമാറ്റം അസാധുവായി പ്രഖ്യാപിക്കേണ്ടതാണെന്നാണ് വ്യവസ്ഥ ചെയ്യുന്നത്.

കൂടാതെ, ഏതെങ്കിലും വസ്തുവിൽ നിന്നും മുതിർന്ന പൗരന് ഉപജീവനമാർഗ്ഗം ലഭിക്കാനുള്ള അവകാശം ഉണ്ടായിരിക്കുകയും ആ വസ്തുവോ, അതിന്റെ ഏതെങ്കിലും ഭാഗമോ വേറൊരാൾക്ക് കൈമാറു

കയും അങ്ങനെ കൈമാറ്റം ചെയ്തുകിട്ടിയ വ്യക്തിക്ക് ആ അവകാശത്തെക്കുറിച്ച് അറിവുണ്ടായിരിക്കുകയോ അങ്ങനെയുള്ള കൈമാറ്റം പ്രതിഫലം കൂടാതെ നടത്തിയതോ ആണെങ്കിൽ മേൽപ്പറഞ്ഞ മുതിർന്ന പൗരന്റെ ഉപജീവനത്തിനായുള്ള അവകാശം ആ വസ്തു കൈമാറ്റം ചെയ്തുകിട്ടിയ വ്യക്തിക്കെതിരെ നടപ്പിലാക്കാവുന്നതാണ്. എന്നാൽ, അങ്ങനെയുള്ള കൈമാറ്റം മതിയായ പ്രതിഫലം നല്കിയ ശേഷവും മേൽപ്പറഞ്ഞ അവകാശത്തെക്കുറിച്ച് അറിയാതെയുമാണ് നടത്തിയിട്ടുള്ളതെങ്കിൽ അയാൾക്കെതിരെ മുതിർന്ന പൗരന്റെ ഉപജീവനത്തിനുള്ള അവകാശം നടപ്പിലാക്കാൻ പാടില്ലാത്തതുമാണ്. ഈ വ്യവസ്ഥ മുതിർന്ന പൗരന് തന്റെ വസ്തുവകകൾ അന്യാധീനപ്പെടുന്നതിൽനിന്നും സംരക്ഷണം നല്കുന്നു.

തന്റെ അവകാശങ്ങൾ നടപ്പിൽ വരുത്തുന്നതിന് മുതിർന്ന പൗരന് സാധിക്കാതെ വരുന്ന പക്ഷം ഏതെങ്കിലും സംഘടനയ്ക്ക് മുന്നോട്ടുവന്ന് മേൽ നടപടിയുമായി ട്രൈബ്യൂണലിനെ സമീപിക്കാമെന്നും വ്യവസ്ഥയുണ്ട്.

മുതിർന്ന പൗരന്റെ സംരക്ഷണ ചുമതലയുള്ള ആൾ പൂർണ്ണമായും ഉപേക്ഷിക്കണമെന്ന ഉദ്ദേശ്യത്തോടെ ഏതെങ്കിലും സ്ഥലത്ത് ഉപേക്ഷിക്കുന്നുവെങ്കിൽ അയാൾക്ക് മൂന്നു മാസത്തെ തടവിനോ 500 രൂപ പിഴയ്ക്കോ അല്ലെങ്കിൽ ഇവ രണ്ടുംകൂടിയോ ശിക്ഷ ലഭിക്കുന്നതാണ്. ഈ നിയമത്തിൻ കീഴിലുള്ള എല്ലാ കുറ്റങ്ങളും ബോധ്യമുള്ളതും (കോഗ്നൈസബിൾ) ജാമ്യം ലഭിക്കുന്നവയുമാണെന്ന് വ്യവസ്ഥയിൽ പറയുന്നുണ്ട്.

ഈ നിയമത്തിന് കീഴിലുള്ള കുറ്റകൃത്യങ്ങൾ മജിസ്ട്രേറ്റുകോടതിയ്ക്ക് വീണ്ടുമൊരു വിശദമായ വിചാരണയില്ലാതെ, അതായത് സമ്മറി ട്രയലിലൂടെ വിചാരണ ചെയ്യാവുന്നതാണ്. ഈ നിയമത്തിലെ വ്യവസ്ഥകൾ ബാധകമാകുന്ന ഏതെങ്കിലും കാര്യത്തെ സംബന്ധിച്ച് സിവിൽ കോടതിയ്ക്ക് യാതൊരു ആധികാരികതയും ഇല്ലായെന്നും ഈ ആക്റ്റ് അനുസരിച്ച് ചെയ്തതോ ചെയ്യാൻ പോകുന്നതോ ആയ എന്തിനെയെങ്കിലും സംബന്ധിച്ച് ഇൻജങ്ഷൻ ഓർഡർ (കോടതിയിൽനിന്നുള്ള നിരോധന ഉത്തരവ്) നല്കാൻ സിവിൽ കോടതിക്ക് അധികാരമില്ലെന്നും വ്യവസ്ഥയുണ്ട്.

ഈ നിയമത്തിൻ കീഴിൽ ചുമതലകൾ വഹിക്കുന്ന ഉദ്യോഗസ്ഥൻ ഇന്ത്യൻ ശിക്ഷാ നിയമത്തിലെ വ്യവസ്ഥയനുസരിച്ച് പൊതുജനസേവകൻ (പബ്ലിക് സെർവന്റ്) ആയി കണക്കാക്കപ്പെടുമെന്ന് വ്യവസ്ഥയിൽ പറയുന്നു.

കേന്ദ്രസർക്കാരിലെ ഏതെങ്കിലും ഓഫീസർ ഈ നിയമത്തിലെ വ്യവസ്ഥകൾ നടപ്പാക്കുന്നതുമായി ബന്ധപ്പെട്ടോ നടപ്പാക്കാൻ ഉദ്ദേശിച്ചുകൊണ്ടോ എടുത്തിട്ടുള്ള നടപടികളോ ഉത്തരവുകളോ നടപ്പാക്കിയതിന്റെ ഫലമായോ നടപ്പിലാക്കുന്നതിലേക്കായോ ഉത്തമബോദ്ധ്യത്തോടു

കൂടി നടത്തിയിട്ടുള്ള ഏതു പ്രവൃത്തിക്കെതിരെയും യാതൊരു വ്യവഹാരമോ, കുറ്റം ചുമത്തി കോടതികയറ്റുകയോ (പ്രോസിക്യൂഷൻ നടപടി) മറ്റു നിയമനടപടിയോ നിലനില്ക്കുന്നതല്ലെന്ന വ്യവസ്ഥയുള്ളതിനാൽ ഉദ്യോഗസ്ഥർക്ക് സംരക്ഷണം ലഭ്യമാകുന്നു.

ഈ നിയമം നടപ്പിലാക്കാനായി ചട്ടങ്ങൾ നിർമ്മിക്കുവാൻ സംസ്ഥാന സർക്കാരിന് അധികാരമുണ്ട്. ട്രൈബ്യൂണലിലെ വിചാരണ രീതിയും അധികാരങ്ങളും, നടപടികൾ, ഉപജീവനബത്ത, വൃദ്ധസദനങ്ങളിലെ നിലവാരം, ഭരണനിർവ്വഹണ പദ്ധതി, ആക്റ്റിലെ വ്യവസ്ഥകൾ നടപ്പാക്കുന്ന അധികാരകേന്ദ്രങ്ങളുടെ അധികാരങ്ങൾ, ചുമതലകൾ, ജീവനും സ്വത്തിനും സംരക്ഷണം നല്കാനുള്ള സമഗ്രമായ പ്രവർത്തനരൂപരേഖയും മറ്റേതെങ്കിലും നിർണ്ണയിക്കപ്പെടാവുന്നതോ നിർണ്ണയിക്കേണ്ടതോ ആയ വിഷയങ്ങൾ എന്നിവയെക്കുറിച്ചും ചട്ടങ്ങൾ നിർമ്മിക്കുവാൻ സംസ്ഥാന സർക്കാരിന് അധികാരമുണ്ട്. ഇത്തരത്തിലുള്ള ഏതു ചട്ടങ്ങളും ഉണ്ടാക്കിയശേഷം ആവുന്നത്രവേഗത്തിൽ സംസ്ഥാന നിയമനിർമ്മാണസഭയുടെ ഇരുസഭകളും ഉള്ളിടത്ത്, ഓരോ സഭയിലും, ഒരു സഭ മാത്രമുള്ളിടത്ത് അതിന്റെ മുമ്പാകെയും വയ്ക്കേണ്ടതുമാണ്.

2

മാതാപിതാക്കളുടെയും മുതിർന്ന പൗരന്മാരുടെയും ക്ഷേമം സംരക്ഷണനിയമം: സംഗ്രഹം

വാർദ്ധക്യകാല ജീവിതം കാലിക സമൂഹത്തിൽ ഒരു വെല്ലുവിളിയായി മാറുകയാണ്. വിധവകളുൾപ്പെടെ ധാരാളം പ്രായമായവർ ആരാലും പരിപാലിക്കപ്പെടാതെ അംഗീകൃതമായതും അല്ലാത്തതുമായ വൃദ്ധസദനങ്ങളെ ആശ്രയിച്ച് കഴിയുന്നുണ്ട്. അവരെ സംരക്ഷിക്കാനുള്ള സംവിധാനങ്ങൾ ഒരുക്കാനുള്ള ബാദ്ധ്യത ഭരണകൂടത്തിനാണ്. ക്രിമിനൽ നടപടിക്രമത്തിലെ വകുപ്പ് 125 പ്രകാരം മുതിർന്നവർക്ക് മക്കളിൽ നിന്ന് ജീവനാംശം ലഭിക്കുന്നതിന് അവകാശമുണ്ടെങ്കിലും അത്തരം നടപടികൾ സമയദൈർഘ്യവും പണച്ചെലവും ഏറിയതാണെന്ന് മനസ്സിലാക്കിയാണ് മുതിർന്നവർക്കും മാതാപിതാക്കൾക്കും ജീവനാംശവും ക്ഷേമവും ലഭിക്കാനുള്ള ഈ പുതിയ നിയമം പാർലമെന്റിൽ അവതരിപ്പിച്ചത്. മക്കൾ മാത്രമല്ല മുതിർന്നവരുടെ വസ്തുവകകൾ അവരുടെ കാലശേഷം പിന്തുടർച്ചാവകാശ നിയമപ്രകാരം ലഭിക്കുന്നവരും ഈ നിയമപ്രകാരം മുതിർന്നവരെ പരിപാലിക്കാൻ ബാദ്ധ്യസ്ഥരാണ്. ഈ നിയമം കേരളത്തിൽ 24-09-08 ൽ പ്രാബല്യത്തിൽ വന്നു.

മാതാപിതാക്കളുടെയും മുതിർന്ന പൗരന്മാരുടെയും ക്ഷേമത്തിനും സംരക്ഷണത്തിനും ഇന്ത്യൻ ഭരണഘടന ഉറപ്പു നല്കിയിട്ടുള്ളതും അംഗീകരിച്ചിട്ടുള്ളതുമായ കാര്യങ്ങൾ നടപ്പിൽ വരുത്തുന്നതിനുവേണ്ടിയാണ് ഈ നിയമം നിലവിൽ വന്നത്. തന്റെ സ്വന്തം സമ്പാദ്യം കൊണ്ടോ, ഉടമസ്ഥതയിലുള്ള സ്വത്തുകൊണ്ടോ, സ്വയം സംരക്ഷിക്കാൻ കഴിയാതെ വരുന്ന മാതാപിതാക്കൾക്കും മുതിർന്ന പൗരന്മാർക്കും ഈ നിയമത്തിന്റെ ഗുണം അനുഭവിക്കാം. മുതിർന്ന പൗരന്മാർ എന്നാൽ 60 വയസ്സിനു മുകളിൽ പ്രായമുള്ളവരെയാണ് ഈ നിയമത്തിൽ ഉദ്ദേശിച്ചിരിക്കുന്നത്. മാതാപിതാക്കൾ എന്നാൽ, ജീവിശാസ്ത്രപരമായോ ദത്തെ

ടുപ്പുവഴിയോ ഉള്ള മാതാപിതാക്കളെ മാത്രമല്ല രണ്ടാനച്ഛനും രണ്ടാനമ്മ യുമൊക്കെ മാതാപിതാക്കൾതന്നെയായി കണക്കാക്കും.

സംരക്ഷണത്തിൽ ശാരീരിക സംരക്ഷണവും ഭക്ഷണം, വസ്ത്രം, പാർപ്പിടം വൈദ്യപരിചരണവും ചികിത്സയും ഉൾപ്പെടുന്നു. സംരക്ഷണം നല്കാനുള്ള ചുമതല മക്കൾക്കാണ്.

ക്ഷേമം എന്നതിൽ ഭക്ഷ്യസുരക്ഷ, ആരോഗ്യ സുരക്ഷ, വിനോദ കേന്ദ്രങ്ങൾ, സുഖവാസം, മുതിർന്ന പൗരന്മാർക്കാവശ്യമായ മറ്റ് സുഖ സൗകര്യങ്ങൾ എന്നിവ ഉൾപ്പെടുന്നു. ക്ഷേമം നടപ്പാക്കാനുള്ള ചുമതല സർക്കാരിലും നിക്ഷിപ്തമാണ്.

ആർക്കൊക്കെ എങ്ങനെ ഈ നിയമത്തിന്റെ പ്രയോജനം ലഭിക്കും?

മാതാപിതാക്കൾക്കും മുതിർന്നവർക്കുമാണ് ഈ നിയമപ്രകാരം മക്ക ളിൽ നിന്നോ പേരക്കുട്ടികളിൽ നിന്നോ അനന്തരാവകാശികളിൽ നിന്നോ ബന്ധുക്കളിൽ (സ്വത്ത് കൈവശം വെച്ചുകൊണ്ടിരിക്കുന്നതും മരണ ശേഷം പിന്തുടർച്ചാവകാശം ലഭിക്കുന്നതുമായ) നിന്നോ ജീവനാംശവും ക്ഷേമത്തിനായുള്ള മറ്റ് സൗകര്യങ്ങളും അവകാശപ്പെടാവുന്നതാണ്. യഥാർത്ഥമാതാപിതാക്കൾ, രണ്ടാനച്ഛൻ/രണ്ടാനമ്മ എന്നിവർക്ക് (മു തിർന്നവരല്ലെങ്കിലും ഈ നിയമത്തിന്റെ ആനുകൂല്യം ലഭിക്കും. മുതിർന്ന പൗരന്മാർ എന്നതുകൊണ്ട് ഈ നിയമം ഉദ്ദേശിക്കുന്നത് 60 വയസ്സിനു മുകളിൽ പ്രായമുള്ളവരാണ്.

സ്വയം വരുമാനം കണ്ടെത്തി ജീവിക്കാനാകാത്ത മുതിർന്ന പൗര ന്മാർക്കും ഈ നിയമപ്രകാരം അപേക്ഷ നല്കാം. നിയമത്തിലെ 5–ാം വകുപ്പു പ്രകാരം ഇതിനായി പ്രത്യേകം സ്ഥാപിച്ച ട്രൈബ്യൂണലിലാണ് (റവന്യൂ ഡിവിഷണൽ ഓഫീസർ–ആർ ഡി ഒ) അപേക്ഷ നല്കേണ്ടത്.

പ്രായപൂർത്തിയായ മക്കളും പേരക്കുട്ടികളും ഇതിന്റെ പരിധിയിൽ വരും. മക്കളില്ലാത്ത മുതിർന്നവർക്ക് കാലശേഷം തങ്ങളുടെ വസ്തുവ കകൾ പിന്തുടർച്ചാവകാശ നിയമപ്രകാരം കൈവശം ലഭിക്കുന്നവരിൽ നിന്നോ ജീവിതകാലം തന്നെ തങ്ങളുടെ വസ്തുകൈവശം വച്ച് ഉപ യോഗിക്കുന്നവരിൽ നിന്നോ (ബന്ധുക്കൾ) ജീവനാംശവും ക്ഷേമവും ആവശ്യപ്പെടാം.

സാധാരണയായ ഒരു ജീവിതം നയിക്കാൻ ഒരു മുതിർന്ന പൗരന് എന്തൊക്കെയാണ് ആവശ്യം, അവയെല്ലാം നല്കാൻ മക്കളോടോ പേര ക്കുട്ടികളോടോ ഇതിന്റെ പരിധിയിൽ വരുന്ന ബന്ധുക്കളോടോ ആവ ശ്യപ്പെടാം. പരമാവധി 10,000 രൂപ വരെ ജീവനാംശമായി ലഭിക്കാം. ഈ നിയമത്തിലെ നിർവ്വചന പ്രകാരമുള്ള ഒന്നിലധികം ബന്ധുക്കൾ ഉണ്ടെ ങ്കിൽ, പിന്തുടർച്ചാവകാശമനുസരിച്ച് അവർക്ക് ഏത് അളവിലാണോ വസ്തുവകകൾ ലഭിക്കുന്നത്, അതേ അളവിൽ ജീവനാംശം നല്കേ

ണ്ടുന്ന തുകയും വീതിക്കാം.

സ്വന്തമായി അപേക്ഷ നല്കാൻ സാധിക്കാത്തവർക്ക് മറ്റേതെങ്കിലും വ്യക്തികൾ മുഖേനയോ രജിസ്റ്റർ ചെയ്ത സംഘടനകൾ മുഖേനയോ ട്രൈബ്യൂണലിൽ അപേക്ഷ നല്കാം. അതല്ലാതെയും ട്രൈബ്യൂണലിന് സ്വമേധയാ നടപടികളെടുക്കാനും അധികാരമുണ്ട്.

ട്രൈബ്യൂണലിൽ ജീവനാംശത്തിനായി സമർപ്പിക്കുന്ന അപേക്ഷകൾ എതിർകക്ഷിക്ക് നോട്ടീസ് നല്കി 90 ദിവസത്തിനുള്ളിൽ തീർപ്പാക്കണം. ഒഴിച്ചു കൂടാനാകാത്ത സാഹചര്യങ്ങളിൽ കാരണം രേഖപ്പെടുത്തിയശേഷം പരമാവധി 30 ദിവസം കൂടി സമയം നീട്ടി നല്കാം. അപേക്ഷ തീർപ്പാക്കുന്നതിനു മുമ്പുതന്നെ ഇടക്കാല ഉത്തരവിലൂടെയും ട്രൈബ്യൂണലിന് ജീവനാംശം അനുവദിക്കാവുന്നതാണ്.

ട്രൈബ്യൂണലിന്റെ ഉത്തരവ് പ്രകാരം ജീവനാംശം നല്കാത്തവർക്കെതിരെ വാറണ്ട് പുറപ്പെടുവിച്ച് ഒരു മാസം വരെയോ പണം അടയ്ക്കുന്നതുവരെയോ ജയിൽശിക്ഷ വിധിക്കാം. ഉത്തരവുപ്രകാരം ലഭിക്കാനുള്ള തുക കുടിശ്ശിക വന്ന് മൂന്നു മാസത്തിനുള്ളിൽത്തന്നെ ട്രൈബ്യൂണലിൽ അപേക്ഷ നല്കേണ്ടതാണ്.

അപേക്ഷകൻ താമസിക്കുന്നതോ അവസാനം താമസിച്ചതോ ആയ ജില്ലയിലെ ട്രൈബ്യൂണലിൽ ജീവനാംശത്തിനായി അപേക്ഷ നല്കാം. അതല്ലെങ്കിൽ ഏതൃകക്ഷി (മക്കൾ/ബന്ധുക്കൾ) താമസിക്കുന്ന ജില്ലയിലെ ട്രൈബ്യൂണലിൽ അപേക്ഷ നല്കാം. സബ്ഡിവിഷണൽ പരിധിയുള്ള റവന്യൂ ഡിവിഷണൽ ഓഫീസർമാരെയാണ് ട്രൈബ്യൂണൽ അധ്യക്ഷന്മാരായി നിയമിക്കുന്നത്. ട്രൈബ്യൂണലിൽ ലഭിക്കുന്ന അപേക്ഷകൾ, ആവശ്യമെന്നു തോന്നിയാൽ കൺസിലിയേഷൻ ഓഫീസർക്ക് അയച്ചു കൊടുക്കാം. ഒരു മാസത്തിനകം കൺസിലിയേഷൻ ഓഫീസർ റിപ്പോർട്ട് സമർപ്പിക്കേണ്ടതാണ്. വിഷയം ഒത്തുതീർപ്പാവുകയാണെങ്കിലും അക്കാര്യം രേഖപ്പെടുത്തി ട്രൈബ്യൂണലിന് ഉത്തരവിറക്കാവുന്നതാണ്. ജീവനാംശം നല്കാൻ ഉത്തരവായി കഴിഞ്ഞാൽ എതിർകക്ഷി 30 ദിവസത്തിനുള്ളിൽ തുകകെട്ടിവയ്ക്കണം. അഞ്ചുശതമാനത്തിൽ കുറയാത്തതും 18 ശതമാനത്തിൽ കൂടാത്തതുമായ പലിശസഹിതം പണം നല്കാനും ട്രൈബ്യൂണലിന് ഉത്തരവിടാം.

മറ്റ് ക്ഷേമകാര്യങ്ങൾ

ഓരോ ജില്ലയിലും ചുരുങ്ങിയത് 150 നിരാലംബരായ മുതിർന്ന പൗരന്മാർക്കെങ്കിലും താമസിക്കാൻ സൗകര്യമുള്ള ഒരു വൃദ്ധ സദനമെങ്കിലും സർക്കാരിന് തുടങ്ങാവുന്നതാണ്.

സർക്കാർ ആശുപത്രികളിലും മുഴുവനായോ ഭാഗികമായോ സർക്കാർ ധനസഹായത്താൽ പ്രവർത്തിക്കുന്ന ആശുപത്രികളിലും മുതിർന്ന പൗരന്മാർക്ക് കിടത്തി ചികിത്സ നല്കാൻ പരമാവധി ശ്രമിക്കണം.

ആശുപത്രിയിൽ എത്തുന്ന മുതിർന്ന പൗരന്മാർക്ക് പ്രത്യേകമായി നിര (വരി–ക്യൂ) ഉണ്ടാകണം. അവർക്ക് പ്രത്യേക ചികിത്സാ സൗകര്യം ഒരുക്കണം.

മുതിർന്ന പൗരന്മാരുടെ ക്ഷേമസംബന്ധിയായ പ്രശ്നങ്ങൾ പരിഹരിക്കാൻ സർക്കാർ മുൻകൈ എടുത്ത് വിവിധ വകുപ്പുകളുടെ ഏകോപനത്തിലൂടെ സംവിധാനങ്ങൾ ഉണ്ടാക്കണം.

ഈ നിയമത്തിന്റെ പ്രയോജനം എല്ലാ മുതിർന്ന പൗരന്മാരിലേക്കും ആവശ്യക്കാരിലേക്കുമെത്തിക്കാൻ ടെലിവിഷനിലൂടെയും റേഡിയോയിലൂടെയും മറ്റ് വാർത്താ മാധ്യമങ്ങളിലൂടെയും പരസ്യവും ബോധവൽക്കരണ പരിപാടികളും നടത്താൻ സർക്കാരിന് ബാദ്ധ്യതയുണ്ട്. ഈ നിയമം പ്രായോഗികതലത്തിൽ നടപ്പാക്കാനുള്ള ഉത്തരവാദിത്വം ജില്ലാ കളക്ടർമാർക്കാണ്.

മുതിർന്ന പൗരന്മാരെ മനഃപൂർവം ഉപേക്ഷിക്കുന്നതോ അനാഥമാക്കുന്നതോ ഈ നിയമപ്രകാരം ശിക്ഷാർഹമാണ്. 3 മാസം തടവും 5000 രൂപ പിഴയും ശിക്ഷയായി ഈടാക്കാവുന്നതാണ്.

വസ്തു ഇടപാടുകളും അസാധുവാക്കാം എങ്ങനെ?

മുതിർന്നവർക്കും മാതാപിതാക്കൾക്കും ജീവനാംശവും ക്ഷേമവും നല്കാനുള്ള നിയമനുസരിച്ച് (വകുപ്പ് 23) 24–0–2008 നു ശേഷം തങ്ങൾ നടത്തിയിട്ടുള്ള വസ്തു സംബന്ധമായ ക്രയവിക്രയങ്ങൾ മുതിർന്നവരുടെ അപേക്ഷ പ്രകാരം ആവശ്യമെങ്കിൽ ട്രൈബ്യൂണലിന് റദ്ദാക്കാവുന്നതാണ്. തന്നെ പരിപാലിക്കുകയും ആവശ്യങ്ങൾ നിറവേറ്റിത്തരികയും ചെയ്യണമെന്ന നിബന്ധനയോടെ എഴുതിയിട്ടുള്ള ഇഷ്ടദാനാധാരങ്ങളും മറ്റ് ആധാരങ്ങളും അതിലെ നിബന്ധനകൾ പാലിക്കാതെ വരുന്ന പക്ഷം റദ്ദാക്കുന്നതിന് മുതിർന്ന പൗരന്മാർക്ക് ട്രൈബ്യൂണലിൽ അപേക്ഷ നല്കാം. മുതിർന്നവർക്ക് ജീവനാംശം ലഭിക്കുന്നതിന് അർഹതയുള്ള വസ്തുവകകൾ മറ്റ് അവകാശികൾ കൈമാറ്റം ചെയ്താൽ (വാങ്ങുന്നയാൾക്ക് അറിവുണ്ടെങ്കിൽ) വസ്തു വാങ്ങിയ ആളിൽനിന്ന് ജീവനാംശം ഈടാക്കാം. സൗജന്യ കൈമാറ്റമാണെങ്കിലും ജീവനാംശം ഈടാക്കാം. എന്നാൽ ഇക്കാര്യങ്ങൾ അറിയാതെ പണം കൊടുത്ത് വസ്തുവാങ്ങിയ വ്യക്തിയിൽ നിന്ന് ഇത്തരത്തിൽ ജീവനാംശം ഈടാക്കാനാകില്ല.

ജീവനും സ്വത്തിനും സംരക്ഷിക്കണം: പോലീസിന്റെ ബാദ്ധ്യതയും നടപടികളും

എല്ലാ മനുഷ്യരുടെയും ജീവനും സ്വത്തിനും സംരക്ഷണം നല്കാൻ ക്രമസമാധാന പരിപാലനത്തിന്റെ ചുമതലയുള്ള പോലീസിന് കടമയുണ്ട്. എന്നാൽ ഈ നിയമപ്രകാരം മുതിർന്നവരുടെ കാര്യത്തിൽ പോലീസ് പ്രത്യേക ഉത്തരവാദിത്വങ്ങൾ നിറവേറ്റാനുണ്ടെന്ന് പറയുന്നു. ഇതു സംബ

ന്ധമായി കേരള പോലീസ് ഡയറക്ടർ ജനറൽ എല്ലാ പോലീസ് സ്റ്റേഷനുകളിലേക്കും സർക്കുലറുകളും ഇറക്കിയിട്ടുണ്ട്.

11-3-2010 ൽ ഇറക്കിയ ഡി ജി പിയുടെ സർക്കുലർ നമ്പർ 16/2010ൽ പോലീസ് സരക്ഷണ നടപടികളെപ്പറ്റി താഴെപറയുന്ന നിർദേശങ്ങൾ നല്കിയിരിക്കുന്നു:

- ഓരോ പോലീസ് സ്റ്റേഷനും അതിന്റെ പരിധിക്കുള്ളിൽ ജീവിക്കുന്ന മുതിർന്ന പൗരന്മാരുടെ പ്രത്യേകിച്ച് തന്നത്താൻ ജീവിക്കുന്നവരുടെ ഏറ്റവും പുതിയ ലിസ്റ്റ് എഴുതി സൂക്ഷിക്കണം.
- പോലീസ് സ്റ്റേഷന്റെ ഒരു പ്രതിനിധി കഴിയുന്നിടത്തോളം ഒരു സാമൂഹ്യ പ്രവർത്തകന്റെ കൂടെ ക്രമമായുള്ള ഇടവേളകളിൽ, കുറഞ്ഞത് മാസത്തിൽ ഒരിക്കലെങ്കിലും ലിസ്റ്റിലുള്ള മുതിർന്ന പൗരന്മാരെ സന്ദർശിക്കേണ്ടതും സംരക്ഷണം ഉറപ്പുവരുത്തേണ്ടതുമാണ്.
- മുതിർന്ന പൗരന്മാർ, പ്രത്യേകിച്ച് ഒറ്റയ്ക്ക് ജീവിക്കുന്നവർ ഒരു വശത്തും, പോലീസും ജില്ലാ ഭരണകൂടവും മറുവശത്തുമായുള്ള നിരന്തര സമ്പർക്കം ഉറപ്പാക്കുന്ന സന്നദ്ധ സേവകരുടെ കമ്മിറ്റികൾ എല്ലാ പോലീസ് സ്റ്റേഷനുകളിലും പ്രസിദ്ധീകരിക്കേണ്ടതാണ്.
- മുതിർന്ന പൗരന്മാർക്കെതിരെ ചെയ്യുന്ന കുറ്റകൃത്യങ്ങളുടെ വിവരങ്ങളടങ്ങുന്ന ഒരു രജിസ്റ്റർ ഓരോ പോലീസ് സ്റ്റേഷനിലും സൂക്ഷിക്കേണ്ടതാണ്. ഈ രജിസ്റ്റർ പൊതുപരിശോധനയ്ക്ക് ലഭ്യമാക്കാൻ സൂക്ഷിച്ചുവയ്ക്കേണ്ടതാണ്.
- ഓരോ മാസത്തിന്റെയും പത്താം ദിവസം ഓരോ പോലീസ് സ്റ്റേഷനും മുതിർന്ന പൗരന്മാരുടെ ക്ഷേമപ്രവർത്തനങ്ങളുടെ പ്രതിമാസ റിപ്പോർട്ട് ജില്ലാ പോലീസ് സൂപ്രണ്ടിനോ പോലീസ് കമ്മിഷണർക്കോ നല്കേണ്ടതാണ്. മുതിർന്ന പൗരന്മാർക്കു വേണ്ടി ജനമൈത്രി പോലീസ് സംവിധാനം നടത്തേണ്ടതാണ്.
- തൊട്ടു മുമ്പുള്ള മാസങ്ങളിൽ മുതിർന്ന പൗരന്മാർക്കെതിരെ നടന്ന കുറ്റകൃത്യത്തിന്റെയും അവയുടെ അന്വേഷണപുരോഗതിയുടെയും കൈക്കൊണ്ട പ്രതിരോധ നടപടികളും ഉൾപ്പെടെയുള്ള ഒരു പ്രതിമാസ റിപ്പോർട്ട് ലോക്കൽ പോലീസ് സ്റ്റേഷനിൽ നിന്ന് എല്ലാമാസവും ഇരുപതാം തീയതി മേലധികാരികൾക്കും കളക്ടർക്കും സമർപ്പിക്കണം.

3

ഗാർഹികപീഡനത്തിൽനിന്നും സ്ത്രീകൾക്ക് സംരക്ഷണം

കുടുംബത്തിനകത്ത് സംഭവിക്കുന്ന ഏതെങ്കിലും തരത്തിലുള്ള പീഡനത്തിന് ഇരയാകുന്ന സ്ത്രീകളുടെ (ഭരണഘടന ഉറപ്പു നല്കുന്ന പ്രകാരമുള്ള) അവകാശങ്ങൾ കൂടുതൽ ഫലപ്രദമായി സംരക്ഷിക്കുന്നതിനും അതുമായി ബന്ധപ്പെട്ടതോ അതിൽ ഉത്ഭവിച്ചിട്ടുള്ള കാര്യങ്ങൾക്കും വേണ്ടിയോ വ്യവസ്ഥ ചെയ്യുന്നതിനുള്ള ഒരു നിയമം ആണിത്. ഇത് 2005-ൽ പാർലമെന്റ് പാസാക്കി. ഭാരത റിപ്പബ്ലിക്കിന്റെ അമ്പത്തിയാറാം സംവത്സരത്തിലാണ് പാർലമെന്റ് ഈ നിയമം ഉണ്ടാക്കിയിരിക്കുന്നത്. ഇതിന് ജമ്മുകാഷ്മീർ സംസ്ഥാനമൊഴികെ ഭാരതം മുഴുവൻ വ്യാപ്തി ഉണ്ടായിരിക്കും. 13-09-2005 ൽ അംഗീകാരം ലഭിച്ച ഈ നിയമം 26-10-2006 ൽ പ്രാബല്യത്തിൽ വന്നു. ആലംബഹീനരും ആശ്രയരഹിതരുമായ ഇരകൾക്ക് കൂടുതൽ ഫലപ്രദമായ സംരക്ഷണം നല്കുകയും വനിതകൾക്ക് ഭരണഘടന വ്യവസ്ഥ ചെയ്തിട്ടുള്ള അവകാശങ്ങൾ ഉറപ്പു നല്കുകയും ചെയ്യുക എന്നതാണ് ഈ നിയമത്തിന്റെ ലക്ഷ്യം. ഗാർഹിക പീഡനമെന്നാൽ, എതൃകക്ഷിയുടെ ഏതെങ്കിലും കൃത്യം, കൃത്യവിലോപം, കുറ്റം ചെയ്യൽ, പെരുമാറ്റം എന്നിവ മൂലം ശാരീരിക അപമാനത്തിനും ലൈംഗിക അപമാനത്തിനും വാക്കാലും വികാരോദ്ദീപകമായ അപമാനത്തിനും ധനപരമായ അപമാനത്തിനും കാരണമാകുന്നതുൾപ്പെടെ സങ്കടകാരിയായ ആളുടെ മാനസികമോ ശാരീരികമോ ആയ ആരോഗ്യം, സുരക്ഷ, ജീവിതം, അവയവം, സ്വസ്ഥത എന്നിവയെ ഹനിക്കുന്നതോ ക്ഷതപ്പെടുത്തുന്നതോ അപകടപ്പെടുത്തുന്നതോ അപ്രകാരം ചെയ്യുന്നതിനുള്ള പ്രേരണ ഉണ്ടാക്കുന്നതോ, അല്ലെങ്കിൽ,

ഏതെങ്കിലും സ്ത്രീധനത്തിനോ മറ്റു വസ്തുവിനോ മൂലമുള്ള ഈടിനോ വേണ്ടി നിയമാനുസൃതമല്ലാത്ത ഏതെങ്കിലും ആവശ്യം നിറ

വേറ്റുന്നതിന് സങ്കടക്കാരിയായ ആളിനെയോ അവളുമായി ബന്ധമുള്ള മറ്റേതെങ്കിലും ആളിനെയോ ഭീഷണിപ്പെടുത്തുന്നതിനുള്ള ഉദ്ദേശ്യത്തോടുകൂടി ശല്യം ചെയ്യുന്നതോ, ഹനിക്കുന്നതോ, ക്ഷതപ്പെടുത്തുന്നതോ, അപകടപ്പെടുത്തുന്നതോ, അല്ലെങ്കിൽ,

മേൽപ്പറഞ്ഞ ഏതെങ്കിലും പെരുമാറ്റത്താൽ സങ്കടകാരിയായ ആളിനെയോ അവളുമായി ബന്ധമുള്ള ഏതെങ്കിലും ആളിനെയോ ഭീഷണിപ്പെടുത്തുന്നതിന്റെ ഫലം ഉളവാക്കുന്നതോ, അല്ലെങ്കിൽ,

സങ്കടകാരിയായ ആളിനെ മറ്റുവിധത്തിൽ മുറിപ്പെടുത്തുന്നതോ ശാരീരികമോ മാനസികമോ ആയ പീഡനം (ഉപദ്രവം) ഉണ്ടാക്കുന്നതോ ആയ സംഗതിയിൽ അത് ഗാർഹിക പീഡനം ആകുന്നതാണ്.

മേൽപ്പറഞ്ഞ ശാരീരിക അപമാനം എന്നാൽ ദേഹോപദ്രവം, കുറ്റകരമായ ഭയപ്പെടുത്തൽ, കുറ്റകരമായ ബലപ്രയോഗം എന്നിവ ഉൾപ്പെടെ സങ്കടക്കാരിയായ ആളിന്റെ ശാരീരിക വേദനയ്ക്കോ ദുരിതത്തിനോ ജീവനോ അവയവത്തിനോ ആരോഗ്യത്തിനോ അപകടമുണ്ടാക്കുന്നതിനോ അല്ലെങ്കിൽ ആരോഗ്യത്തെയോ വളർച്ചയെയോ ക്ഷയിപ്പിക്കുന്നതിനോ കാരണമായേക്കാവുന്ന രീതിയിലുള്ള ഏതെങ്കിലും കൃത്യം അല്ലെങ്കിൽ പെരുമാറ്റം എന്നർത്ഥമാക്കുന്നു.

ലൈംഗിക അപമാനമെന്നാൽ സ്ത്രീകളുടെ അന്തസ്സിനെ അപമാനിക്കുന്നതോ അവഹേളിക്കുന്നതോ, തരംതാഴ്ത്തുന്നതോ മറ്റുവിധത്തിൽ ഹനിക്കുന്നതോ ആയ ലൈംഗിക സ്വഭാവമുള്ള ഏതെങ്കിലും പെരുമാറ്റം ഉൾപ്പെടുന്നതുമാകുന്നു.

വാക്കാലും വികാരോദ്ദീപകവുമായ അപമാനമെന്നാൽ ആക്ഷേപിക്കൽ, അപഹസിക്കൽ, അപമാനിക്കൽ, ചീത്തവിളിക്കൽ, പ്രത്യേകിച്ച് ഒരു കുട്ടി ഇല്ലെന്നതോ സംബന്ധിച്ചുള്ള ആക്ഷേപിക്കൽ അല്ലെങ്കിൽ അവഹേളിക്കൽ;

സങ്കടക്കാരിയുടെ താല്പര്യത്തിലുള്ള ഏതെങ്കിലും വ്യക്തി (ഉദാ: ബന്ധു) ശാരീരികവേദന ഉണ്ടാക്കുമെന്നുള്ള ആവർത്തിച്ചുള്ള ഭീഷണിപ്പെടുത്തൽ എന്നിവ ഉൾപ്പെടുന്നതാകുന്നു.

സാമ്പത്തിക അപമാനമെന്നാൽ സങ്കടക്കാരിയായ ആളിനും അവളുടെ കുട്ടികൾ ആരെങ്കിലും ഉണ്ടെങ്കിൽ അവർക്കും വേണ്ടതായ ഗാർഹിക ആവശ്യങ്ങൾ, സ്ത്രീധനം, സങ്കടക്കാരിയായ ആൾക്ക് കൂട്ടായോ പ്രത്യേകമായോ ഉടമസ്ഥതയുള്ള വസ്തു, ഭാഗം വച്ച വീടിനെ സംബന്ധിച്ച വാടക, ജീവനാംശം എന്നിവ ഉൾപ്പെടെയുള്ളതും എന്നാൽ നാമമാത്രമായി പരിമിതപ്പെടുത്തിയിട്ടില്ലാത്തതും, സങ്കടക്കാരിയായ ആൾക്ക് അനിവാര്യതമൂലം ആവശ്യമായിട്ടുള്ളതും ഏതെങ്കിലും നിയമമോ നാട്ടാചാരമോ പ്രകാരം സങ്കടക്കാരിയായ ആൾക്ക് അവകാശം ഉണ്ടായിരിക്കുന്നതും കോടതി ഉത്തരവ് പ്രകാരമോ മറ്റ് വിധത്തിലോ നല്കേണ്ടുന്ന സാമ്പത്തികമോ ധനപരമോ ആയ വിഭവങ്ങൾ നഷ്ടപ്പെടുത്തൽ, സങ്കടക്കാരിയായ ആൾക്കോ അവളുടെ കുട്ടികൾക്കോ ന്യായ

മായി ആവശ്യമായേക്കാവുന്നതോ അവരുടെ സ്ത്രീധനമോ സങ്കടക്കാരിയായ ആൾ കൂട്ടായോ പ്രത്യേകമായോ കൈവശം വച്ചിരിക്കുന്നതുമായ മറ്റേതെങ്കിലും വസ്തുവോ, ഗാർഹികബന്ധത്താൽ സങ്കടക്കാരിയായ ആളിന് താല്പര്യമുള്ളതോ ഉപയോഗിക്കുന്നതിന് അവകാശമുണ്ടായിരിക്കുന്നതോ ആയ കുടുംബവസ്തുക്കൾ കൈവശമാറ്റം ചെയ്യൽ, ജംഗമമോ സ്ഥാവരമോ ആയ സ്വത്തുക്കൾ മൂല്യമുള്ള വസ്തുക്കൾ, ഓഹരികൾ, കടപ്പത്രങ്ങൾ, അതുപോലുള്ളതോ ആയ മറ്റുവസ്തുക്കൾ ഇവ ഏതെങ്കിലും അന്യായപ്പെടുത്തലും;

സങ്കടക്കാരിയായ ആളിന്, ഗാർഹിക ബന്ധത്താൽ ഉപയോഗിക്കുന്നതിനോ അനുഭവിക്കുന്നതിനോ അവകാശപ്പെട്ട ധനാഗമമാർഗ്ഗങ്ങളുടെ സൗകര്യങ്ങളുടെ ഭാഗംവച്ച വീട്ടിലേക്കുള്ള പ്രവേശനം ഉൾപ്പെടെയുള്ള തുടർച്ചയായ പ്രാപ്യതതടയലും അല്ലെങ്കിൽ നിയന്ത്രണവും ഉൾപ്പെടുന്നതാണ്.

ഗാർഹിക പീഡനത്തിന് പരിഹാരം എങ്ങനെ?

ഗാർഹിക പീഡനം ചെയ്യപ്പെട്ടുവെന്നോ ചെയ്യപ്പെടുന്നുവെന്നോ, ചെയ്യപ്പെടാൻ സാദ്ധ്യത ഉണ്ടെന്നോ ഏതെങ്കിലും ആൾക്ക് വിശ്വസിക്കാൻ കാരണം ഉള്ള പക്ഷം, അതെക്കുറിച്ച് ബന്ധപ്പെട്ട സംരക്ഷണ ഉദ്യോഗസ്ഥന് വിവരം നല്കാവുന്നതാണ്.

ഇങ്ങനെ ഉത്തമവിശ്വാസത്തിൽ വിവരം നല്കുന്ന ഏതെങ്കിലും ആളിന് സിവിലോ ക്രിമിനലോ ആയ യാതൊരു ബാദ്ധ്യതയും വരുത്തിവയ്ക്കുന്നതല്ലെന്ന് നിയമത്തിൽ വ്യവസ്ഥ ചെയ്യുന്നുണ്ട്.

ഗാർഹിക പീഡനത്തെക്കുറിച്ചുള്ള ഒരു പരാതി ലഭിക്കുകയോ പീഡനം നടക്കുന്ന സ്ഥലത്ത് സന്നിഹിതനാവുകയോ ഗാർഹിക പീഡനം പോലീസ് ഉദ്യോഗസ്ഥനെ/സേവനദായകനെ അറിയിക്കുമ്പോഴോ ഒരു പോലീസ് ഉദ്യോഗസ്ഥനോ, സംരക്ഷണ ഉദ്യോഗസ്ഥനോ, സേവനദായകനോ, മജിസ്ട്രേട്ടോ പരാതിനിവൃത്തിയ്ക്കുള്ള ഒരു അപേക്ഷയിന്മേൽ ഉള്ള ഉത്തരവ്, കസ്റ്റഡി ഉത്തരവ്, വാസസ്ഥലത്തെക്കുറിച്ചുള്ള ഉത്തരവ്, നഷ്ടപരിഹാര ഉത്തരവ് അല്ലെങ്കിൽ നിയമത്തിൽ പറയുന്ന ഒന്നിൽ കൂടുതൽ ഉത്തരവു വഴിയോ നിവൃത്തി ലഭിക്കുന്നതിന് അവളുടെ താഴെപറയുന്നതായ അവകാശങ്ങളെക്കുറിച്ച് സങ്കടക്കാരിയെ അറിയിക്കേണ്ടതാണ്. അവകാശങ്ങൾ ഇങ്ങനെ:

– സേവനദായകരുടെ സേവനങ്ങളുടെ ലഭ്യത;

– സംരക്ഷണ ഉദ്യോഗസ്ഥരുടെ സേവനങ്ങളുടെ ലഭ്യത;

– സൗജന്യനിയമസേവനത്തിനുള്ള അവകാശം (ലീഗൽ സർവ്വീസസ് അതോറിറ്റീസ് ആക്ട്, (1987) അനുസരിച്ച് സൗജന്യ നിയമസഹായം ലഭ്യമാണ്.)

– ഇന്ത്യൻ ശിക്ഷാനിയമത്തിലെ 498 എ വകുപ്പനുസരിച്ച് ഉചിതമായിടത്ത് പരാതി കൊടുക്കുന്നതിനുള്ള അവകാശം.

എന്നാൽ, ഇത്തരം അവകാശങ്ങളുണ്ട് എങ്കിലും ഈ നിയമത്തിലെ യാതൊന്നും തന്നെ ഒരു കൊഗ്സൈസബിൾ (ന്യായവിചാരണാധികാരമുള്ള) കുറ്റം ചെയ്യലിനെപ്പറ്റി അറിവ് ലഭിച്ചതിന്മേൽ ഒരു പോലീസ് ഉദ്യോഗസ്ഥനെ, നിയമപ്രകാരം നടപടി എടുക്കുന്നതിനുള്ള അദ്ദേഹത്തിന്റെ ചുമതലയിൽനിന്നും ഏതെങ്കിലും രീതിയിൽ വിടുതൽ ചെയ്യുന്നതായി കണക്കാക്കാൻ പാടുള്ളതല്ല.

ഒരു സങ്കടക്കാരിയായ ആളെ അഭയം നല്കി സംരക്ഷിക്കണമെന്ന് കോടതി ഉത്തരവിടുകയാണെങ്കിൽ അവൾക്കുവേണ്ടി സംരക്ഷണ ഉദ്യോഗസ്ഥനോ ഒരു സേവനദായകനോ അഭയ മന്ദിരത്തിന്റെ ചുമതല വഹിക്കുന്ന ആളിനോട് സങ്കടക്കാരിയായ ആളിന് അഭയം നല്കണമെന്ന് അഭ്യർത്ഥിക്കാം; ഈ അഭ്യർത്ഥന മാനിച്ച് അഭയമന്ദിരത്തിന്റെ ചുമതല വഹിക്കുന്ന അങ്ങനെയുള്ള ആൾ സങ്കടക്കാരിക്ക് അഭയം നല്കേണ്ടതാണ്.

ചികിത്സ വേണമെന്ന് സങ്കടക്കാരി ആവശ്യപ്പെടുമെങ്കിൽ സംരക്ഷണ ഉദ്യോഗസ്ഥനോ/സേവനദായകനോ ചികിത്സാ സൗകര്യങ്ങളുടെ ചുമതല വഹിക്കുന്ന ആളിനോട് അഭ്യർത്ഥിക്കുമെങ്കിൽ ചികിത്സാ സൗകര്യമുള്ള ഇടത്ത് (ആശുപത്രിയിൽ) ചികിത്സാ സഹായം ഏർപ്പെടുത്തി കൊടുക്കേണ്ടതാണ്.

സംരക്ഷണ ഉദ്യോഗസ്ഥരുടെ നിയമനം, അവരുടെ ചുമതലകൾ എന്നിവ നിയമത്തിൽ വ്യവസ്ഥ ചെയ്തിട്ടുണ്ട്: സർക്കാർ ഗസറ്റ് വിജ്ഞാപനത്തിലൂടെ ഓരോ ജില്ലയിലും ആവശ്യമെന്നു കരുതുന്ന അത്രയും സംരക്ഷണ ഉദ്യോഗസ്ഥരെ നിയമിക്കേണ്ടതും അവരുടെ പ്രവർത്തന സ്ഥലം എവിടെയൊക്കെയാണെന്നും പരസ്യപ്പെടുത്തേണ്ടതാണ്. ചില നിബന്ധനകൾ ഇതിനുള്ളതായി കാണാം:

സംരക്ഷണ ഉദ്യോഗസ്ഥർ കഴിയുന്നിടത്തോളം വനിതകളായിരിക്കണം, അത്തരം യോഗ്യതകളും പ്രവൃത്തിപരിചയവും ഉള്ളവരും ആയിരിക്കണം.

ഈ ഉദ്യോഗസ്ഥരുടെയും കീഴുദ്യോഗസ്ഥരുടെയും സേവനനിബന്ധനകളും ഉപാധികളും നിർണ്ണയിക്കപ്പെടാവുന്ന രീതിയിലായിരിക്കണം.

സംരക്ഷണ ഉദ്യോഗസ്ഥരുടെ ചുമതലകളിൽ ഒന്ന്,

1. മജിസ്ട്രേട്ടു കോടതിയെ ഈ നിയമം അനുസരിച്ചുള്ള ചുമതലകൾ നിറവേറ്റുന്നതിന് സഹായിക്കുക.
2. ഗാർഹിക പീഡനത്തെക്കുറിച്ചുള്ള പരാതി ലഭിച്ചതിന്മേൽ നിർദ്ദിഷ്ട ഫോറത്തിലും രീതിയിലും മജിസ്ട്രേട്ടിന് ഗാർഹിക സംഭവ റിപ്പോർട്ട് നല്കുക. അതിന്റെ പകർപ്പുകൾ ഗാർഹിക പീഡനം നടന്ന പോലീസ് സ്റ്റേഷൻ അതിർത്തി കണക്കാക്കി പോലീസ് ഓഫീസർക്കും, ആ പ്രദേശത്തെ സേവനദായകർക്കും അയച്ചുകൊടുക്കുക.
3. സംരക്ഷണ ഉത്തരവ് നല്കാനായി പരിഹാരം ആവശ്യപ്പെട്ട് അതി

ന്റേതായ ഫാറത്തിലും രീതിയിലും മജിസ്ട്രേട്ടിന് അപേക്ഷ കൊടുക്കുക.

4. ലീഗൽ സർവ്വീസസ് അതോറിറ്റി ആക്റ്റിൻ പടി സങ്കടക്കാരിക്ക് നിയമസഹായം നല്കിയില്ലെന്ന് ഉറപ്പുവരുത്തുക, പരാതികൊടുക്കാനുള്ള നിർദ്ദിഷ്ടഫാറം സൗജന്യമായി സങ്കടകാരിക്ക് നല്കുക.
5. പ്രദേശത്തെ മജിസ്ട്രേട്ടിന്റെ അധികാര പരിധിക്കുള്ളിലുള്ള പ്രദേശത്ത് നിയമസഹായം, ഉപദേശം എന്നിവ നല്കുന്ന എല്ലാ സേവനദായകരുടെയും അഭയമന്ദിരങ്ങളുടെയും ചികിത്സാ സൗകര്യങ്ങളുടെയും പട്ടിക തയ്യാറാക്കി സൂക്ഷിക്കുക.
6. അഭയമന്ദിരം ലഭിക്കാനുള്ള സങ്കടക്കാരിയുടെ ആവശ്യം മജിസ്ട്രേട്ട് അംഗീകരിച്ച് കഴിഞ്ഞാൽ അഭയമന്ദിരം ലഭ്യമാക്കുക. താമസമാക്കിക്കഴിഞ്ഞാൽ അത്തരത്തിലൊരു റിപ്പോർട്ട് തയ്യാറാക്കി, അതിന്റെ പകർപ്പ് അഭയമന്ദിരം സ്ഥിതിചെയ്യുന്ന സ്ഥലത്തെ പോലീസ് സ്റ്റേഷനിലേക്കും മജിസ്ട്രേട്ടിനും അയക്കുക.
7. സാമ്പത്തിക സംബന്ധിയായ പരിഹാരത്തിനായുള്ള ഉത്തരവ് അനുസരിച്ചെന്നും നടപ്പാക്കിയെന്നും ഉറപ്പുവരുത്തുക.
8. നിർണ്ണയിക്കപ്പെടാവുന്ന മറ്റ് ചുമതലകൾ നിർവ്വഹിക്കുക.

സേവനദായകർ എന്നാൽ ഏതെങ്കിലും സന്നദ്ധ സംഘടനയോ നിയമസഹായമോ, ചികിത്സാപരമോ സാമ്പത്തികമോ മറ്റുവിധത്തിലുള്ളതോ ആയ സഹായം ലഭ്യമാക്കുന്നതുൾപ്പെടെ സ്ത്രീകളുടെ അവകാശങ്ങളും താല്പര്യങ്ങളും ഏത് നിയമപരമായ മാർഗത്തിലൂടെയും സംരക്ഷിക്കുന്നതിനുള്ള രജിസ്റ്റർചെയ്ത സൊസൈറ്റിയോ കമ്പനിയോ ഒരു സേവനദായകനായി സംസ്ഥാന സർക്കാരിൽ രജിസ്റ്റർ ചെയ്യേണ്ടതാണ്. രജിസ്റ്റർ ചെയ്തിട്ടുള്ളവർക്കു മാത്രമേ സേവനദായകനായി പ്രവർത്തിക്കാനാവൂ.

യോഗ്യതകൾ: സങ്കടക്കാരി ആഗ്രഹിക്കുന്നുവെങ്കിൽ നിർദ്ദിഷ്ട ഫാറത്തിൽ ഗാർഹിക സംഭവ റിപ്പോർട്ട് രേഖപ്പെടുത്തി അതിന്റെ പകർപ്പ് ഗാർഹിക പീഡനം ഉണ്ടായ പ്രദേശത്തെ ആധികാരികതയുള്ള മജിസ്ട്രേറ്റിനും സംരക്ഷണ ഉദ്യോഗസ്ഥനും അയച്ചു കൊടുക്കുക. സങ്കടക്കാരിയെ വൈദ്യപരിശോധനയ്ക്ക് വിധേയമാക്കുകയും മെഡിക്കൽ റിപ്പോർട്ടിന്റെ പകർപ്പ് സംരക്ഷണ ഉദ്യോഗസ്ഥനും തദ്ദേശ പരിധിയിലെ പോലീസ് സ്റ്റേഷനിലേക്കും അയച്ചുകൊടുക്കുക.

അഭയമന്ദിരത്തിൽ അഭയം ആഗ്രഹിക്കുന്ന സങ്കടക്കാരിക്ക് അഭയം നല്കിയെന്ന് ഉറപ്പാക്കിയശേഷം സങ്കടക്കാരിയായ ആളിനെ അഭയമന്ദിരത്തിൽ താമസമാക്കിയതിന്റെ റിപ്പോർട്ട് ഗാർഹിക പീഡനം നടന്ന തദ്ദേശ പരിധിയിലുള്ള പോലീസ് സ്റ്റേഷനിലേക്ക് അയച്ചു കൊടുക്കുക;

ഈ നിയമപ്രകാരം പ്രവർത്തിക്കുന്ന സേവന ദായകനോ സേവന ദായകരിലെ ഏതെങ്കിലും അംഗമോ ഗാർഹിക പീഡനം തടയുന്നതിലേക്കായി നിയമപ്രകാരമുള്ള അധികാരങ്ങൾ വിനിയോഗിച്ച് കർത്തവ്യം

നിർവ്വഹിച്ചുകൊണ്ട് ഉത്തമവിശ്വാസത്തിൽ ചെയ്തതോ ചെയ്യാൻ ഉദ്ദേശിക്കുന്നതോ ആയ യാതൊന്നിനും എതിരെ യാതൊരു വ്യവഹാരമോ പ്രൊസിക്യൂഷനോ മറ്റു നിയമനടപടിയോ നിലനില്ക്കുന്നതല്ല.

കേന്ദ്ര സംസ്ഥാന സർക്കാരുകൾ ടെലിവിഷനും റേഡിയോയും അച്ചടി മാധ്യമങ്ങൾ ഉൾപ്പെടെയുള്ള പൊതു മാധ്യമങ്ങളിലൂടെ ക്രമമായ ഇടവേളകളിൽ ഈ ആക്റ്റിലെ വ്യവസ്ഥകൾക്ക് വിപുലമായ പ്രചാരണം നല്കേണ്ടതാണ്.

പോലീസ് ഉദ്യോഗസ്ഥർ, ജുഡീഷ്യൽ സർവ്വീസി(കോടതി നിയമ നിർവ്വഹണം)ലെ അംഗങ്ങൾ ഉൾപ്പെടെ കേന്ദ്രസർക്കാരിന്റെയും സംസ്ഥാന സർക്കാരിന്റെയും ഉദ്യോഗസ്ഥർക്ക് ഈ നിയമം മൂലം ഉണ്ടായിട്ടുള്ള വിവാദങ്ങളിന്മേൽ ആനുകാലികമായ അവബോധവും ബോധവല്ക്കരണവും നല്കേണ്ടതാണ്.

ഗാർഹിക പീഡനത്തെ സംബന്ധിച്ച പ്രശ്നങ്ങൾ അറിയിക്കുന്നതിന് ക്രമസമാധാനവും ആരോഗ്യവും മാനവശേഷിയും ഉൾപ്പെടെ നിയമ-ആഭ്യന്തരവകുപ്പുകൾ കൈകാര്യം ചെയ്യുന്ന ബന്ധപ്പെട്ട മന്ത്രാലയങ്ങളും വകുപ്പുകളും നല്കുന്ന സേവനങ്ങൾ തമ്മിലുള്ള ഫലപ്രദമായ ഏകീകരണം സ്ഥിരീകരിക്കുകയും, ആനുകാലിക പുനരവലോകനം നടത്തുകയും ചെയ്യേണ്ടതാണ്.

കോടതികൾ ഉൾപ്പെടെ ഈ നിയമമനുസരിച്ച് സ്ത്രീകൾക്ക് സേവനം നല്കുന്നതുമായി ബന്ധപ്പെട്ട വിവിധ മന്ത്രാലയങ്ങളുടെ പ്രോട്ടോക്കോൾസ് തയ്യാറാക്കി സമർപ്പിക്കുക. പരാതി പരിഹാരത്തിനുള്ള നടപടിക്രമം, ആദ്യം പരാതി സമർപ്പിക്കേണ്ടത് മജിസ്ട്രേട്ടിനാണ്. നിയമാനുസൃതമായി ഒന്നോ അതിലധികമോ പരിഹാരങ്ങൾ തേടി സങ്കടക്കാരിക്കോ സംരക്ഷണ ഉദ്യോഗസ്ഥനോ അല്ലെങ്കിൽ സങ്കടക്കാരിക്കു വേണ്ടി മറ്റേതെങ്കിലും ഒരാളിനോ മജിസ്ട്രേട്ട് മുമ്പാകെ അപേക്ഷ (പരാതി) സമർപ്പിക്കാം. എന്നാൽ ആ അപേക്ഷയിൽ ഏതെങ്കിലും ഉത്തരവ് പാസാക്കും മുമ്പ് മജിസ്ട്രേട്ട്, സംരക്ഷണ ഉദ്യോഗസ്ഥനിൽ നിന്നോ സേവനദായകനിൽ നിന്നോ അദ്ദേഹത്തിനു ലഭിച്ച ഏതെങ്കിലും ഗാർഹിക സംഭവ റിപ്പോർട്ട് പരിഗണിക്കേണ്ടതാണ്. പരാതി പരിഹാരത്തിൽ എതിർ കക്ഷി ചെയ്ത ഗാർഹികപീഡന പ്രവർത്തനങ്ങളിൽ ഉണ്ടായ ഹാനികൾക്ക് നഷ്ടപരിഹാരത്തിനോ നാശനഷ്ടത്തിനോ ഒരു വ്യവഹാരം ബോധിപ്പിക്കുന്നതിന് അവകാശത്തിനുള്ള ഭംഗം വരുത്താതെ, നഷ്ടപരിഹാരത്തിനോ നാശനഷ്ടത്തിനോ പണം നല്കുന്നതിന് ഒരു ഉത്തരവ് പുറപ്പെടുവിക്കുന്നതിനായുള്ള ഒരു പരിഹാര (നിവൃത്തി)വും ഉൾപ്പെടുന്നതാണ്.

നിബന്ധനകൾ

സങ്കടക്കാരിക്ക് അനുകൂലമായി നഷ്ടപരിഹാരമായോ നാശനഷ്ടമായോ ഏതെങ്കിലും തുകയ്ക്കുള്ള വിധി ഏതെങ്കിലും കോടതി

പാസാക്കിയിട്ടുണ്ടെങ്കിൽ ഈ നിയമമനുസരിച്ച് അടച്ചതോ അടയ്ക്കാനുള്ളതോ ആയ ഏതെങ്കിലും തുക അപ്രകാരമുള്ള വിധി പ്രകാരം അടയ്ക്കേണ്ടതായ തുകയിൽ തട്ടിക്കിഴിക്കേണ്ടതും, മറ്റേതെങ്കിലും നിയമത്തിൽ എന്തുതന്നെ അടങ്ങിയിരുന്നാലും അപ്രകാരമുള്ള തട്ടിക്കിഴിക്കലിനുശേഷം ഏതെങ്കിലും അവശേഷിച്ചിട്ടുണ്ടെങ്കിൽ ബാക്കി തുകയ്ക്കായി ആ വിധി നടപ്പാക്കാവുന്നതാണ്.

അപേക്ഷ നിർദ്ദിഷ്ട ഫാറത്തിലായിരിക്കണം, പൂർണ്ണവും ശരിയുമായ വിവരങ്ങൾ അടങ്ങിയതായിരിക്കണം.

അപേക്ഷ സ്വീകരിച്ച് ആദ്യവിചാരണ മജിസ്ട്രേട്ട് തീരുമാനിക്കേണ്ടതും, ആ തീയതി അപേക്ഷ സ്വീകരിച്ച തീയതി മുതൽ മൂന്നു ദിവസത്തിനപ്പുറം ആകാൻ പാടില്ല. അപേക്ഷയിന്മേൽ ആദ്യവിചാരണ തീയതി മുതൽ അറുപത് ദിവസക്കാലയളവിനുള്ളിൽ തീർപ്പാക്കാൻ മജിസ്ട്രേട്ട് ശ്രമിക്കേണ്ടതാണ്.

വിചാരണത്തീയതിയുടെ നോട്ടീസ് സംരക്ഷണ ഓഫീസർക്കു നല്കേണ്ടതും, ആയത് എതിർകക്ഷിക്കും മറ്റേതെങ്കിലും ആളിനും രണ്ടു ദിവസത്തിനുള്ളിൽ നല്കേണ്ടതാണ്. നോട്ടീസ് നടത്തിയതായി, നിർണ്ണയിക്കപ്പെട്ട ഫോറത്തിൽ സംരക്ഷണ ഉദ്യോഗസ്ഥൻ സാക്ഷിപത്രം നല്കേണ്ടതും ആ സാക്ഷിപത്രം എതിർകക്ഷിക്കും മറ്റും നോട്ടീസ് നല്കിയെന്നതിന് തെളിവാകുന്നതാണ്.

കൗൺസിലിങ് ആവശ്യമെന്ന് മജിസ്ട്രേട്ടിന് കേസിന്റെ ഏതെങ്കിലും നടപടിക്രമങ്ങളുടെ ഘട്ടത്തിൽ ആവശ്യമെന്നു തോന്നുമെങ്കിൽ അത്തരം യോഗ്യതകളും പരിചയവുമുള്ള സേവനദായകരിലെ ഏതെങ്കിലും അംഗവുമായി ഒറ്റയ്ക്കോ കൂട്ടായോ കൗൺസിലിങ്ങിൽ ഏർപ്പെടാൻ എതിർകക്ഷിയോടോ സങ്കടക്കാരിയോടോ ആവശ്യപ്പെടാവുന്നതാണ്.

കേസിന്റെ അടുത്ത വിചാരണത്തീയതി മജിസ്ട്രേട്ട് തീരുമാനിക്കേണ്ടത് രണ്ടു മാസത്തിൽ കവിയാത്ത ഒരു കാലാവധിക്കുള്ളിലായിരിക്കണം.

ഒരു മജിസ്ട്രേട്ടിന് തന്റെ കർത്തവ്യനിർവ്വഹണത്തിൽ സഹായിക്കാനായി ഒരു ക്ഷേമ വിദഗ്ദ്ധന്റെ സേവനം, കഴിയുന്നിടത്തോളം സങ്കടക്കാരിയുമായി ബന്ധമുള്ളതോ അല്ലാത്തതോ ആയ സ്ത്രീ/ പുരുഷന്റെ സേവനം ഏർപ്പെടുത്താവുന്നതാണ്. ഈ നിയമം അനുസരിച്ചുള്ള നടപടിക്രമങ്ങൾ സ്വകാര്യമായി നടത്തണമെന്ന് ഏതെങ്കിലും കക്ഷി ആഗ്രഹിക്കുന്നുവെങ്കിലും മജിസ്ട്രേട്ട് അങ്ങനെ കരുതുന്നുവെങ്കിലും അപ്രകാരം നടത്താവുന്നത്.

ഗാർഹികബന്ധത്തിലുള്ള ഓരോ സ്ത്രീക്കും അവൾക്ക് ഭാഗം വച്ച വീട്ടിൽ എന്തെങ്കിലും അവകാശമോ ഉടമസ്ഥാവകാശമോ ഗുണാനുഭവാവകാശമോ ഉണ്ടെങ്കിലും ഇല്ലെങ്കിലും അതിൽ താമസിക്കുവാൻ അവകാശം ഉണ്ട്. ഭാഗം വച്ച വീട്ടിൽ നിന്നോ അതിന്റെ ഏതെങ്കിലും ഭാഗത്തു നിന്നോ നിയമാനുസൃതമല്ലാതെ സങ്കടക്കാരിയെ ഒഴിപ്പിക്കാനോ ഒഴിവാ

ക്കുവാനോ പാടില്ല.

സംരക്ഷണ ഉത്തരവ് പാസാക്കൽ: സങ്കടക്കാരിക്കും എതിർകക്ഷിക്കും പറയാനുള്ളത് പറയുവാൻ അവസരം നല്കിയശേഷം ഗാർഹിക അക്രമം/പീഡനം നടന്നിട്ടുണ്ടെന്നോ നടക്കാനിടയുണ്ടെന്നോ ബോദ്ധ്യപ്പെട്ടാൽ, മജിസ്ട്രേട്ട് സങ്കടക്കാരിക്ക് അനുകൂലമായ ഒരു സംരക്ഷണ ഉത്തരവ് പാസാക്കേണ്ടതാണ്. എതിർകക്ഷിയെ, ഏതെങ്കിലും ഗാർഹിക പീഡനപ്രവൃത്തി ചെയ്യുന്നതിൽ നിന്നും; അപ്രകാരമുള്ള പ്രവൃത്തിയിൽ സഹായിക്കുകയോ പ്രേരിപ്പിക്കുകയോ ചെയ്യുന്നതിൽനിന്നും; സങ്കടക്കാരി ജോലിചെയ്യുന്ന സ്ഥലത്തോ, സങ്കടക്കാരി കുട്ടിയാണെങ്കിൽ അതിന്റെ സ്കൂളിലോ സങ്കടക്കാരി പതിവായി പോകാറുള്ള മറ്റേതെങ്കിലും സ്ഥലത്തോ പ്രവേശിക്കുന്നതിൽ നിന്നും ; ഏതെങ്കിലും രീതിയിൽ ആശയവിനിമയ (വ്യക്തിപരമോ വാക്കാലോ ഇലക്ട്രോണിക്/ടെലിഫോണിലൂടെയോ) ത്തിനു ശ്രമിക്കുന്നതിൽ നിന്നും;

സങ്കടക്കാരിയും എതിർകക്ഷിയും കൂട്ടായി ഉപയോഗിക്കുകയോ കൈവശം വയ്ക്കുകയോ അനുഭവിക്കുകയോ ചെയ്യുന്ന ബാങ്ക് ലോക്കർ, ബാങ്ക് അക്കൗണ്ട് പ്രവർത്തിപ്പിക്കുകയോ ആസ്തികൾ അന്യാധീനപ്പെടുത്തുകയോ ചെയ്യുന്നതിൽ നിന്നും; സംരക്ഷണ ഉത്തരവിൽ നിർദ്ദേശിച്ചിട്ടുള്ള ഏതെങ്കിലും മറ്റു കൃത്യം ചെയ്യുന്നതിൽ നിന്നും; തടയാവുന്നതാണ്.

ഗാർഹിക പീഡനം നടന്നുവെന്ന് കോടതിയ്ക്ക് ബോദ്ധ്യപ്പെടുമെങ്കിൽ

– ഭാഗം വച്ച വീട്ടിൽ എതിർകക്ഷിക്ക് നിയമപരമോ നീതിപൂർവ്വകമോ ആയ അവകാശം ഉണ്ടെങ്കിലും ഇല്ലെങ്കിലും സങ്കടക്കാരിയെ ഭാഗം വച്ച വീടിന്റെ കൈവശത്തിൽ നിന്ന് നീക്കം ചെയ്യുകയോ മറ്റുതരത്തിൽ കൈവശത്തിന് വിഘ്നം വരുത്തുകയോ ചെയ്യുന്നതിൽ നിന്നും എതിർകക്ഷിയെ തടഞ്ഞു കൊണ്ടും;

– ഭാഗം വെച്ച വീട് അന്യാധീനപ്പെടുത്തുകയോ വില്ക്കുകയോ കടബാദ്ധ്യത വരുത്തുകയോ ചെയ്യുന്നതിൽ നിന്നും എതിർകക്ഷിയെ തടഞ്ഞു കൊണ്ടും;

– ഭാഗം വച്ച വീട്ടിലുള്ള തന്റെ അവകാശം ഉപേക്ഷിക്കുന്നതിൽ നിന്നും എതിർ കക്ഷിയെ (അനുമതിയോടുകൂടിയല്ലാതെ) തടഞ്ഞുകൊണ്ടും;

– സങ്കടക്കാരിക്ക് ഭാഗംവച്ച വീട്ടിൽ അവൾ അനുഭവിച്ചിരുന്നതുപോലുള്ള അതേ നിലവാരത്തിലുള്ള അപ്പോഴത്തെ സ്ഥലസൗകര്യം ലഭ്യമാക്കുന്നതിന് എതിർകക്ഷിക്ക് നിർദ്ദേശം നല്കിക്കൊണ്ടും;

അധിവാസ ഉത്തരവ് (residence order) പാസാക്കാവുന്നതാണ്. എന്നാൽ എതിർകക്ഷി സ്ത്രീയാണെങ്കിൽ ഭാഗം വെച്ച വീട്ടിൽ നിന്നും സ്വയം ഒഴിഞ്ഞുപോകണമെന്ന് ഉത്തരവ് ഉണ്ടാകരുതെന്നും നിർദ്ദേശിക്കുന്നുണ്ട്.

സങ്കടക്കാരിക്ക് കുട്ടികളുണ്ടെങ്കിൽ അവരെക്കൂടി സംരക്ഷിക്കുന്ന

തിനോ സുരക്ഷ ഉറപ്പാക്കുന്നതിനോ ന്യായമായും ആവശ്യമുണ്ടെന്ന് മജിസ്ട്രേട്ടിന് ബോദ്ധ്യപ്പെടുമെങ്കിൽ കൂടുതൽ നിബന്ധനകൾ ചേർത്ത് മറ്റ് നിർദ്ദേശങ്ങൾ നല്കാവുന്നതാണ്.

ഗാർഹിക പീഡനം തടയുന്നതിനായി ജാമ്യക്കാരോടു കൂടിയോ അല്ലാതെയോ ഒരു ബോണ്ട് ഒപ്പിട്ട് സമർപ്പിക്കുവാൻ മജിസ്ട്രേട്ടിന് എതിർകക്ഷിയോട് ആവശ്യപ്പെടാവുന്നതാണ്. (ഈ ഉത്തരവ് ക്രിമിനൽ നടപടി നിയമത്തിലെ അദ്ധ്യായം എട്ട് പ്രകാരമുള്ള ഉത്തരവായി കരുതി കൈകാര്യം ചെയ്യേണ്ടതാണ്).

മജിസ്ട്രേട്ട് ഉത്തരവ് പാസാക്കുമ്പോൾ (ബോണ്ട് ഒഴിച്ച്) സങ്കടക്കാരി അല്ലെങ്കിൽ സഹായി അല്ലെങ്കിൽ അപേക്ഷ നല്കിയ ആൾക്ക് പോലീസ് സംരക്ഷണം നല്കുന്നതിനുകൂടി ഉത്തരവിലൂടെ നിർദ്ദേശം നല്കാവുന്നതാണ്.

– കക്ഷികളുടെ സാമ്പത്തികമായ ആവശ്യങ്ങളും ധനാഗമമാർഗങ്ങളും കണക്കിലെടുത്ത് വാടകയ്ക്കെടുത്തു തീർക്കലും പണമടയ്ക്കലുമായി ബന്ധപ്പെട്ട ബാദ്ധ്യതകൾ എതിർകക്ഷിയിന്മേൽ ചുമത്താവുന്നതാണ്. സങ്കടക്കാരിയുടെ സ്ത്രീധനം, മറ്റേതെങ്കിലും വസ്തു, മൂല്യമുള്ള ഈട് എന്നിവയിലേതെങ്കിലുമോ അവളുടെ കൈവശത്തിലേക്ക് തിരിച്ചേല്പിക്കാൻ എതിർകക്ഷിയോട് നിർദ്ദേശിച്ച് ഉത്തരവിടാവുന്നതാണ്. അധികാരപരിധിയിലെ പോലീസ് സ്റ്റേഷന്റെ ചുമതലയുള്ള ഓഫീസർക്ക് സംരക്ഷണ ഉത്തരവ് നടപ്പാക്കാനുള്ള നിർദ്ദേശവും നല്കേണ്ടതാണ്.

സാമ്പത്തികമായ പരിഹാരങ്ങൾ:

ഗാർഹികപീഡനം/ അക്രമം മൂലം സങ്കടക്കാരിക്കോ അവളുടെ കുട്ടിയ്ക്കോ നേരിട്ട ചെലവുകൾക്കും അനുഭവിക്കേണ്ടി വന്ന നഷ്ടങ്ങൾക്കും പണസംബന്ധമായ പരിഹാരം ഉണ്ടാക്കുന്നതിന് താഴെ പറയുന്ന കാര്യങ്ങളിൽ, മജിസ്ട്രേട്ടിന്റെ ഉത്തരവിൽ നിർദ്ദേശം നല്കാവുന്നതാണ്.

1. സമ്പാദ്യങ്ങളുടെ നഷ്ടം.
2. ചികിത്സാ ചെലവുകൾ.
3. ഏതെങ്കിലും വസ്തുവിന്റെ നശീകരണം, നാശനഷ്ടം അല്ലെങ്കിൽ നീക്കം ചെയ്യൽ മൂലമുണ്ടായ നഷ്ടം.

(a) ജീവനാംശത്തിനുള്ള ഉത്തരവു പ്രകാരമോ അതിനു പുറമെയോ അല്ലെങ്കിൽ മറ്റേതെങ്കിലും നിയമപരമായ ഉത്തരവോ ഉൾപ്പെടെ സങ്കടക്കാരിക്കോ അവളുടെ മക്കൾക്കോ (ആരെങ്കിലും ഉണ്ടെങ്കിൽ) വേണ്ടിയുള്ള ജീവനാംശവും, പരിധിയൊന്നും ഇല്ലാതെ, ഉൾപ്പെടുന്നതാണ്.

– പണസംബന്ധമായ പരിഹാരം പര്യാപ്തമായതും ന്യായമായതും സങ്കടക്കാരിയുടെ പതിവ് ജീവിതനിലവാരവുമായി യോജിക്കുന്നതുമായിരിക്കണം.

– ആവശ്യമുള്ള പക്ഷം ജീവനാംശം സമുചിതമായ മൊത്തം തുകയായി നല്കുവാനോ, മാസംതോറും നല്കുവാനോ ഉത്തരവ് പാസാക്കുന്നതിനോ മജിസ്ട്രേട്ടിന് അധികാരം ഉണ്ടായിരിക്കുന്നതാണ്. ഉത്തരവിന്റെ പകർപ്പ് അധികാരാതിർത്തിയിലെ പോലീസ് സ്റ്റേഷനിലേക്കും അയക്കേണ്ടതാണ്.

– പണ സംബന്ധമായ പരിഹാരം നിർദേശിക്കപ്പെട്ട കാലയളവിനുള്ളിൽ എതിർകക്ഷി നല്കേണ്ടതാണ്.

– പണം കൊടുക്കുന്നതിൽ എതിർകക്ഷി വീഴ്ചവരുത്തുമെങ്കിൽ മജിസ്ട്രേട്ടിന് എതിർകക്ഷിയുടെ കൂലി/ശമ്പളത്തിന്റെ വരവ് കണക്കിൽപ്പെടുന്ന തുകയുടെ ഒരു ഭാഗം സങ്കടക്കാരിക്ക് നേരിട്ട് നല്കുവാനോ കോടതിയിൽ കെട്ടി വയ്ക്കുവാനോ നിർദ്ദേശിക്കാം. അപ്രകാരമുള്ള തുക എതിർകക്ഷി നല്കേണ്ടതായ പണ സംബന്ധമായ നിവൃത്തിയിൽ വക വയ്ക്കേണ്ടതാണ്.

കസ്റ്റഡി നഷ്ടപരിഹാരം, ഇടക്കാല ഉത്തരവുകളും എക്സ് പാർട്ടി ഉത്തരവും:

–സംരക്ഷണ ഉത്തരവിനുള്ള അപേക്ഷയിന്മേലുള്ള വാദം കേൾക്കൽ സമയത്ത് സങ്കടക്കാരിക്കോ അപേക്ഷ സമർപ്പിച്ച ആളിനോട് ഏതെങ്കിലും കുട്ടി/കുട്ടികളുടെയോ താൽക്കാലിക സംരക്ഷണ ചുമതല നല്കാവുന്നതും എതിർകക്ഷിയ്ക്ക് അപ്രകാരമുള്ള കുട്ടി/കുട്ടികളെ സന്ദർശിക്കാനുള്ള ക്രമീകരണങ്ങൾ പ്രത്യേകം നിർദ്ദേശിക്കാവുന്നതാണ്. എന്നാൽ, എതിർകക്ഷിയുടെ സന്ദർശനം കുട്ടി/കുട്ടികളുടെ താല്പര്യത്തിനു ഹാനികരമാണെന്നു അഭിപ്രായമുണ്ടെങ്കിൽ മജിസ്ട്രേട്ടിന് സന്ദർശന അനുവാദം നിരസിക്കാവുന്നതാണ്.

– ഈ നിയമ പ്രകാരമുള്ള മറ്റ് നിവൃത്തികൾക്ക് പുറമേ, എതിർകക്ഷിയുടെ ഗാർഹിക പീഡനം മൂലം സങ്കടക്കാരിക്കുണ്ടായ മാനസിക പീഡനവും വൈകാരിക വൈഷമ്യവും ഉൾപ്പെടെയുള്ള കമ്പനികൾക്ക് നഷ്ടപരിഹാരവും നഷ്ടത്തുകയും നല്കുന്നതിന് എതിർകക്ഷിയെ നിർദ്ദേശിച്ച് ഉത്തരവിടാവുന്നതാണ്.

– നടപടിക്രമത്തിന്റെ ഭാഗമായി നീതിയുക്തമെന്നോ ഉചിതമെന്നോ കരുതുന്ന ഇടക്കാല ഉത്തരവ് പാസാക്കാവുന്നതാണ്.

– എതിർകക്ഷി പീഡനകൃത്യം ചെയ്യുന്നുവെന്നോ, ചെറുത്തുവെന്നോ ചെയ്യുവാൻ സാദ്ധ്യതയുണ്ടെന്നോ അപേക്ഷയിൽ പ്രഥമ ദൃഷ്ട്യാ മജിസ്ട്രേട്ടിന് ബോദ്ധ്യപ്പെടുമെങ്കിൽ സങ്കടക്കാരിയുടെ സത്യവാങ്മൂലത്തിന്മേൽ എതിർകക്ഷിയ്ക്കെതിരെ എക്സ്പാർട്ടി (കക്ഷിയുടെ അഭാവത്തിൽ)ഉത്തരവ് പാസാക്കാവുന്നതാണ്.

(മേൽപ്പറഞ്ഞ ഉത്തരവുകളെല്ലാം അപേക്ഷയിലെ കക്ഷികൾക്കും അധികാര പരിധിയിലെ പോലീസ് സ്റ്റേഷനിലേക്കും സേവനദായകനും ഗാർഹിക സംഭവം റിപ്പോർട്ട് ചെയ്ത സേവനദായകനും സൗജന്യമായി നല്കേണ്ടതാണ്).

ഒരു സംരക്ഷണ ഉത്തരവ് റദ്ദാക്കലിന് സങ്കടക്കാരി അപേക്ഷിക്കും വരെ നിലനില്ക്കുന്നതാണ്. അതുപോലെ, സാഹചര്യങ്ങളുടെ മാറ്റത്തിനനുസൃതമായി ഭേദഗതിയോ രൂപഭേദപ്പെടുത്തലോ ആവശ്യമെന്ന് ബോദ്ധ്യപ്പെടുന്നപക്ഷം കാര്യകാരണത്തോടെ എഴുതി ഉചിതമായ ഉത്തരവ് പാസാക്കാവുന്നതാണ്.

സങ്കടക്കാരിയോ എതിർകക്ഷിയോ ഈ നിയമപ്രകാരം പരിഹാരത്തിനായി സിവിൽ കോടതിയെയോ കുടുംബകോടതിയെയോ ക്രിമിനൽ കോടതിയെയോ സമീപിക്കാവുന്നതുമാണ്. ക്രിമിനൽ സിവിൽ കോടതി മുമ്പാകെയുള്ള വ്യവഹാര-നിയമനടപടികളിൽ സങ്കടക്കാരി തേടാവുന്ന മറ്റേതെങ്കിലും നിവൃത്തിക്കു പുറമെയോ അതിനോടൊപ്പമോ തേടാവുന്നതാണ്. മറ്റേതെങ്കിലും നടപടികളിൽ സങ്കടക്കാരിക്ക് പരിഹാരം ലഭിച്ചിട്ടുണ്ടെങ്കിൽ ആയത്, മജിസ്ട്രേട്ടിനെ അറിയിക്കാൻ ബാദ്ധ്യതയുണ്ട്.

– സങ്കടക്കാരി സ്ഥിരമായി അല്ലെങ്കിൽ താൽക്കാലികമായി താമസിക്കുകയോ കച്ചവടം നടത്തുകയോ ജോലിയിൽ ഏർപ്പെട്ടിരിക്കുകയോ ചെയ്യുന്ന സ്ഥലം അല്ലെങ്കിൽ എതിർകക്ഷി താമസിക്കുന്ന, കച്ചവടം നടത്തുന്ന ജോലി ചെയ്യുന്ന ഇടം; അല്ലെങ്കിൽ വ്യവഹാരകാരണം നടന്ന സ്ഥലം; എന്നിവ അധികാരിത (jurisdiction) യുള്ളതായിരിക്കും. അത്, ഈ നിയമമനുസരിച്ച് സംരക്ഷണ ഉത്തരവുകളും നല്കുന്നതിനും കുറ്റങ്ങൾ വിചാരണ ചെയ്യുന്നതിനുമുള്ള ആധികാരിതയുള്ളതും ക്ഷമതയുള്ളതുമായ കോടതി ആയിരിക്കുന്നതാണ്.

– ഈ നിയമമനുസരിച്ചുള്ള ഏതൊരു ഉത്തരവും ഇന്ത്യ ഒട്ടാകെ പ്രാവർത്തികമാക്കേണ്ടതാണ്.

– ഈ നിയമപ്രകാരമുള്ള എല്ലാ നടപടികളും, കുറ്റകൃത്യങ്ങളും ക്രിമിനൽ നടപടി നിയമ(1973)ത്തിലെ വ്യവസ്ഥകളാൽ നിയന്ത്രിക്കപ്പെടേണ്ടതാണ്. കോടതിയിൽ അപേക്ഷ തീർപ്പാക്കുമ്പോൾ അതിന്റെ സ്വന്തം നടപടിക്രമം അനുവർത്തിക്കുന്നതിൽ നിന്നും കോടതിയെ തടയുവാൻ കഴിയില്ല.

– മജിസ്ട്രേട്ടിന്റെ ഉത്തരവ് സങ്കടക്കാരിക്കോ എതിർകക്ഷിക്കോ, അതത് സംഗതിപോലെ, നല്കിയ തീയതി മുതൽ, അവയിൽ ഏതാണോ പിന്നീട് സംഭവിക്കുന്നത്, മുപ്പത് ദിവസത്തിനകം സെഷൻസ് കോടതിയിൽ **അപ്പീൽ** നൽകാവുന്നതാണ്.

– ഈ നിയമത്തിൻ കീഴിൽ ഏതെങ്കിലും വ്യവസ്ഥകൾക്കനുസൃതമായി പ്രവർത്തിക്കുമ്പോൾ സംരക്ഷണ ഉദ്യോഗസ്ഥരും സേവനദായകരും ഇന്ത്യൻ രക്ഷാനിയമത്തിലെ അർത്ഥവ്യാപ്തിക്കുള്ളിൽ വരുന്ന പബ്ലിക് സെർവന്റുമാരായി (പൊതുസേവകർ) കരുതപ്പെടുന്നതാണ്.

ശിക്ഷ: സംരക്ഷണ ഉത്തരവോ അല്ലെങ്കിൽ ഇടക്കാല ഉത്തരവോ ലംഘിക്കുന്ന എതിർകക്ഷിയ്ക്ക് ഈ നിയമപ്രകാരമുള്ള കുറ്റമാകുന്നതും ഒരു വർഷം വരെയാകാവുന്ന തടവോ രണ്ടായിരം രൂപ വരെയാകാവുന്ന പിഴയോ അല്ലെങ്കിൽ രണ്ടും കൂടിയോ നല്കി ശിക്ഷിക്കാവുന്നതാണ്.

സംരക്ഷണ ഉത്തരവ് പ്രതി ലംഘിച്ചുവെന്ന് ആരോപിക്കപ്പെട്ട ഉത്തരവ് പാസ്സാക്കിയ മജിസ്ട്രേട്ട് തന്നെ വിചാരണ ചെയ്യേണ്ടതാണെന്നും വ്യവസ്ഥ ചെയ്യുന്നു. ഇന്ത്യൻശിക്ഷാനിയമം, സ്ത്രീധന നിരോധന നിയമം മറ്റേതെങ്കിലും വ്യവസ്ഥ എന്നിവ പ്രകാരം കുറ്റകൃത്യം ചെയ്യപ്പെട്ടുവെന്ന് വസ്തുതകൾ വെളിപ്പെടുത്തുന്ന പക്ഷം ചാർജ്ജുകൾ തയ്യാറാക്കാവുന്നതാണ്.

ഈ നിയമപ്രകാരം കുറ്റകൃത്യം കൊഗ്നൈസബിളും ജാമ്യമില്ലാത്തതും ആയിരിക്കും. സങ്കടക്കാരിയുടെ മാത്രം സാക്ഷി തെളിവിന്റെ അടിസ്ഥാനത്തിൽ ഈ നിയമത്തിലെ വകുപ്പ് 31(1) പ്രകാരം കുറ്റകൃത്യം പ്രതി ചെയ്തുവെന്ന നിഗമനത്തിൽ കോടതിയ്ക്ക് എത്തിച്ചേരാവുന്നതാണ്.

സംരക്ഷണ ഉദ്യോഗസ്ഥന്റെ കർത്തവ്യ നിർവ്വഹണ വീഴ്ച-ശിക്ഷ:

കോടതി നിർദ്ദേശിച്ച പ്രകാരം സംരക്ഷണ ഉദ്യോഗസ്ഥൻ സംരക്ഷണ ഉത്തരവ് മതിയായ കാരണമില്ലാതെ തന്റെ കർത്തവ്യങ്ങൾ നിർവ്വഹിക്കുന്നതിൽ പരാജയപ്പെടുകയോ വിസമ്മതം പ്രകടിപ്പിക്കുകകയോ ചെയ്യുന്ന പക്ഷം ഒരു വർഷം വരെയാകുന്ന കാലയളവിലേക്കുള്ള തടവോ ഇരുപതിനായിരം രൂപ വരെയാകാവുന്ന പിഴയോ രണ്ടും കൂടിയോ നല്കി ശിക്ഷിക്കാവുന്നതാണ്.

– സംസ്ഥാന സർക്കാരിന്റെയോ അല്ലെങ്കിൽ സംസ്ഥാനസർക്കാർ ഇതിലേക്കായി അധികാരപ്പെടുത്തിയ ഉദ്യോഗസ്ഥന്റെയോ മുൻകൂട്ടിയുള്ള അനുമതിയോടെ ഫയൽ ചെയ്ത ഒരു പരാതി ഇല്ലാത്ത പക്ഷം സംരക്ഷണ ഉദ്യോഗസ്ഥനെതിരെ യാതൊരു പ്രോസിക്യൂഷനോ മറ്റുനിയമ നടപടികളോ നിലനില്ക്കുന്നതല്ലെന്നും ഈ നിയമം വ്യവസ്ഥ ചെയ്യുന്നു.

ഈ നിയമത്തിലെ വ്യവസ്ഥകൾ എല്ലാം തന്നെ തത്സമയം പ്രാബല്യത്തിലുള്ള മറ്റ് ഏതെങ്കിലും നിയമത്തിലെ വ്യവസ്ഥകൾക്ക് പുറമേയുള്ളതും അവയ്ക്ക് ന്യൂനത വരുത്താത്തതും ആയിരിക്കുന്നതാണെന്നത് പ്രത്യേകം വ്യവസ്ഥ ചെയ്തിട്ടുള്ളതാണ്.

ചട്ടങ്ങൾ ഉണ്ടാക്കാനുള്ള കേന്ദ്രസർക്കാരിന്റെ അധികാരം:

ഔദ്യോഗികഗസറ്റിൽ വിജ്ഞാപനം വഴി ഈ നിയമത്തിലെ വ്യവസ്ഥകൾ നടപ്പാക്കാനുള്ള ചട്ടങ്ങൾ (Rules) ഉണ്ടാക്കുവാൻ കേന്ദ്ര സർക്കാരിന് ഈ നിയമം അധികാരം നല്കുന്നു. ചട്ടങ്ങളിൽ പ്രത്യേകിച്ചും താഴെ പറയും കാര്യങ്ങൾ വ്യവസ്ഥ ചെയ്യാവുന്നതാണ്.

1. സംരക്ഷണ ഉദ്യോഗസ്ഥന്റെ യോഗ്യതകൾ, പരിചയം എന്നിവ
2. അവരുടെയും അവർക്കു കീഴിലുള്ള ഉദ്യോഗസ്ഥരുടെയും സേവന നിബന്ധനകൾ, ഉപാധി എന്നിവ

3. ഗാർഹിക സംഭവ റിപ്പോർട്ട് ഉണ്ടാക്കേണ്ട മാതൃകയും രീതിയും
4. സംരക്ഷണ ഉത്തരവിനു വേണ്ടി മജിസ്ട്രേട്ടിനു നല്കാനുള്ള അപേക്ഷയുടെ മാതൃകയും രീതിയും.
5. പരാതി ഫയൽചെയ്യേണ്ട മാതൃക
6. സംരക്ഷണ ഉദ്യോഗസ്ഥൻ നിർവ്വഹിക്കേണ്ട മറ്റു കർത്തവ്യങ്ങൾ.
7. സേവനദായകരുടെ രജിസ്ട്രേഷൻ വ്യവസ്ഥ ചെയ്യുന്ന ചട്ടങ്ങൾ
8. (പരാതി) പരിഹാര അപേക്ഷ മാതൃകയും വിശദാംശങ്ങളും
9. നോട്ടീസുകൾ നല്കേണ്ടവിധം.
10. സംരക്ഷണ ഉദ്യോഗസ്ഥൻ തയ്യാറാക്കേണ്ട നോട്ടീസ് കൊടുത്തതായുള്ള പ്രഖ്യാപനത്തിന്റെ മാതൃക.
11. സേവനദായകരിലെ ഒരംഗത്തിന് കൗൺസിലിങ്ങിൽ ഉണ്ടായിരിക്കേണ്ട യോഗ്യതകൾ, പരിചയം;
12. സങ്കടക്കാരി മജിസ്ട്രേട്ടു മുമ്പാകെ ഫയലാക്കേണ്ട സത്യവാങ്മൂല മാതൃക
13. നിർണ്ണയിക്കപ്പെടേണ്ടതോ നിർണ്ണയിക്കപ്പെടാവുന്നതോ ആയ മറ്റു കാര്യങ്ങൾ ഏതെങ്കിലും.

ചട്ടങ്ങൾ ഉണ്ടാക്കിയ ശേഷം കഴിയുന്നത്ര വേഗത്തിൽ പാർലമെന്റ് സമ്മേളനം നടക്കുമ്പോൾ ഓരോ സഭയുടെയും മുമ്പാകെ ഒരു സമ്മേളനത്തിലെ തുടർച്ചയായുള്ള രണ്ടോ അതിലധികമോ സമ്മേളനങ്ങളിൽ മുപ്പതു ദിവസക്കാലത്തേക്ക് വയ്ക്കേണ്ടതാണ്. ഇരു സഭകളിലും ഏതെങ്കിലും രൂപഭേദം വരുത്തുന്നതിൽ യോജിക്കുകയോ അല്ലെങ്കിൽ ഇരുസഭകളും ആ ചട്ടം ഉണ്ടാക്കരുത് എന്നതിൽ യോജിക്കുകയോ ചെയ്യുന്നുവെങ്കിൽ രൂപഭേദപ്പെടുത്തിയ രൂപത്തിൽ മാത്രം പ്രഭാവം ഉണ്ടായിരിക്കുകയോ അല്ലെങ്കിൽ ഇല്ലാതിരിക്കുകയോ ചെയ്യുന്നതും ആകുന്നു. എന്നാൽ, അങ്ങനെയുള്ള ഏതെങ്കിലും രൂപഭേദപ്പെടുത്തലോ പ്രഭാവശൂന്യമാക്കലോ ആ ചട്ടത്തിൻ കീഴിൽ മുമ്പ് ചെയ്യപ്പെട്ടിട്ടുള്ള എന്തിന്റെയെങ്കിലും സാധുതയ്ക്ക് ഭംഗം വരാത്ത വിധത്തിലായിരിക്കുന്നതാണ്.

ക്രിമിനൽ നടപടി നിയമത്തിലെ പ്രസക്ത ഭാഗങ്ങൾ: ഭാര്യമാർ, കുട്ടികൾ, മാതാപിതാക്കൾ എന്നിവരുടെ സംരക്ഷണം

അധ്യായം IX

വകുപ്പ് 125 – ഭാര്യമാരുടെയും കുട്ടികളുടെയും മാതാപിതാക്കളുടെയും സംരക്ഷണത്തിനുള്ള ഉത്തരവ്.

1. മതിയായ ധനാഗമമാർഗ്ഗങ്ങളുണ്ടായിരിക്കെ ഏതെങ്കിലും ആൾ

(a) തന്റെ സ്വയം സംരക്ഷിക്കുവാൻ കഴിവില്ലാത്ത ഭാര്യയെ അല്ലെങ്കിൽ

(b) തന്റെ സ്വയം സംരക്ഷിക്കുവാൻ കഴിയാത്തതും മൈനറുമായ (18 വയസ്സിൽ താഴെ പ്രായമുള്ളവർ) നിയമാനുസൃതവേഴ്ചയിലുണ്ടായതോ നിയമവിരുദ്ധ വേഴ്ചയിലുണ്ടായതോ ആയ കുട്ടിയെ വിവാഹം

കഴിച്ചതോ കഴിക്കാത്തതോ ആയ ഏതെങ്കിലും, അല്ലെങ്കിൽ

(c) തന്റെ മേജർ ആയതും നിയമാനുസൃതവേഴ്ചയിലുണ്ടായതോ നിയമവിരുദ്ധവേഴ്ചയിലുണ്ടായതോ ആയതുമായ (വിവാഹിതയല്ലാത്ത മകളല്ലാത്ത) കുട്ടിയെ ആ കുട്ടിക്ക് ശാരീരികമോ മാനസികമോ, ആയ ഏതെങ്കിലും വൈകൃതമോ ഹാനിയോ കാരണമായി സ്വയം സംരക്ഷിക്കുവാൻ കഴിയാത്തിടത്ത്, അല്ലെങ്കിൽ,

(d) തന്റെ സ്വയം സംരക്ഷിക്കുവാൻ കഴിയുന്ന, പിതാവിനെ അല്ലെങ്കിൽ മാതാവിനെ,

സംരക്ഷിക്കുന്നതിൽ ഉപേക്ഷ വരുത്തുകയോ സംരക്ഷിക്കുവാൻ വിസമ്മതിക്കുകയോ ചെയ്യുന്നുവെങ്കിൽ അങ്ങനെയുള്ള ഉപേക്ഷയോ, വിസമ്മതമോ തെളിയിക്കുന്നതിന്മേൽ ഒരു ഒന്നാം ക്ലാസ് മജിസ്ട്രേട്ടിന് യുക്തമെന്ന് തോന്നുന്ന ഒരു തുക പ്രതിമാസബത്തയായി അയാളുടെ ഭാര്യയുടെയോ അങ്ങനെയുള്ള കുട്ടിയുടെയോ, പിതാവിന്റെയോ, മാതാവിന്റെയോ സംരക്ഷണത്തിന് വകയിരുത്തുവാനും അത് മജിസ്ട്രേട്ട് അതതു സമയം നിർദ്ദേശിക്കുന്നയാൾക്ക് നല്കുവാനും അയാളോട് ഉത്തരവു മൂലം ആവശ്യപ്പെടാവുന്നതാണ്.

എന്നാൽ (b) ഖണ്ഡത്തിൽ പരാമർശിക്കപ്പെട്ടിട്ടുള്ള മൈനറായ ഒരു പെൺകുട്ടിയുടെ പിതാവിനോട്, അങ്ങനെയുള്ള ബത്ത, അങ്ങനെയുള്ള മൈനറായ പെൺകുട്ടി വിവാഹിതയാണെങ്കിൽ അവളുടെ ഭർത്താവിന് മതിയായ ധനാഗമമാർഗ്ഗങ്ങളില്ലെന്ന് മജിസ്ട്രേട്ടിന് ബോധ്യമാകുന്നുവെങ്കിൽ, അവൾ മേജറാകുന്നതുവരെ, നല്കുവാൻ ഉത്തരവ് ചെയ്യാവുന്നതാണ്. എന്നുമാത്രമല്ല ഈ ഉപവകുപ്പ് പ്രകാരം ജീവനാംശത്തിനുവേണ്ടിയുള്ള നിയമനടപടികൾ നിലനില്ക്കെ തന്നെ ആർക്കെതിരെയാണോ ഹർജി നല്കിയിട്ടുള്ളത് അയാളോട് അയാളുടെ ഭാര്യക്കോ അല്ലെങ്കിൽ കുട്ടികൾക്കോ പിതാവിനോ മാതാവിനോ താൽക്കാലിക ജീവനാംശത്തിനായി ഒരു ന്യായമായ തുക മാസംതോറും ഇത് സംബന്ധിച്ച ഉത്തരവ് മജിസ്ട്രേട്ടിന് സമയാസമയം നിർദ്ദേശിക്കുന്ന അങ്ങനെയുള്ള വ്യക്തിക്ക്, ആൾക്ക് നല്കുന്നതിന് ഉത്തരവ് ആകാവുന്നതാണ്.

എന്നുതന്നെയുമല്ല, രണ്ടാം പരിമിതിവ്യവസ്ഥ പ്രകാരം താല്ക്കാലിക ജീവനാംശത്തിനും കോടതി ചെലവിനും വേണ്ടിയുള്ള ഒരു ഹർജി കഴിയാവുന്നിടത്തോളം അങ്ങനെയുള്ള വ്യക്തിക്ക് നോട്ടീസ് നല്കി ആറു മാസത്തിനകം തന്നെ തീർപ്പാക്കേണ്ടതാണ്.

വിശദീകരണം: ഈ അദ്ധ്യായത്തിന്റെ ആവശ്യത്തിലേക്ക്, (a) മൈനർ എന്നതിന് ഇന്ത്യൻ മേജോറിറ്റി ആക്റ്റി(1875)ലെ വ്യവസ്ഥകൾ പ്രകാരം പ്രായപൂർത്തിയായതായി കണക്കാക്കപ്പെട്ടിട്ടില്ലാത്ത വ്യക്തി എന്നർത്ഥമാക്കേണ്ടതാണ്.

(b) ഭാര്യ എന്നതിൽ ഭർത്താവിനാൽ വിവാഹമോചനം ചെയ്യപ്പെട്ടതും അല്ലെങ്കിൽ ഭർത്താവിൽനിന്നും വിവാഹമോചനം നേടിയിട്ടുള്ളതും എന്നാൽ പുനർവിവാഹം കഴിഞ്ഞിട്ടില്ലാത്തതുമായ സ്ത്രീ എന്നർത്ഥ

മാക്കേണ്ടതാണ്.

(2) ഇത്തരത്തിൽ ജീവനാംശത്തിനും അല്ലെങ്കിൽ താല്ക്കാലിക ജീവനാംശത്തിനും കോടതിച്ചെലവിനുമുള്ള ബത്ത അതതു സംഗതികളിൽ ഉത്തരവിലെ തീയതി മുതലോ അല്ലെങ്കിൽ ജീവനാംശത്തിനും അല്ലെങ്കിൽ താൽക്കാലിക ജീവനാംശത്തിനും കോടതിച്ചെലവിനും വേണ്ടി ഹർജി നല്കിയിട്ടുള്ള തീയതി മുതൽ നല്കാൻ ഉത്തരവായിട്ടുള്ളപക്ഷം ആ തീയതി മുതലോ നല്കേണ്ടതാണ്.

(3) അപ്രകാരം ഉത്തരവുചെയ്യപ്പെട്ട ഏതെങ്കിലും ആൾ, മതിയായ കാരണം കൂടാതെ ഉത്തരവ് അനുസരിക്കാതിരിക്കുന്നുവെങ്കിൽ അങ്ങനെയുള്ള ഏതെങ്കിലും മജിസ്ട്രേട്ടിന് ഉത്തരവിന്റെ ഓരോ ലംഘനത്തിനും, കൊടുക്കാനുള്ള പിഴതുകകൾ ഈടാക്കുന്നതിന് വ്യവസ്ഥ ചെയ്തിട്ടുള്ള രീതിയിൽ, ഈടാക്കുന്നതിന് വാറണ്ട് പുറപ്പെടുവിക്കാവുന്നതും വാറണ്ട് നടപ്പാക്കിയതിനുശേഷം അതതു സംഗതികളിൽ ഓരോ മാസത്തെ ബത്തയിലോ അല്ലെങ്കിൽ താൽക്കാലിക ബത്തയിലും കോടതി ചെലവിനും വേണ്ടിയുള്ള ബത്തയിൽ കൊടുക്കാതെ അവശേഷിക്കുന്ന മുഴുവൻ തുകയ്ക്കോ, ഏതെങ്കിലും ഭാഗത്തിനോ അങ്ങനെയുള്ള ആൾക്ക് ഒരു മാസത്തോളമാകാവുന്ന കാലത്തേയ്ക്കോ, അതിനുമുമ്പ് പണം കൊടുക്കുന്നുവെങ്കിൽ അതുവരെയോ, ഉള്ള തടവുശിക്ഷ വിധിക്കാവുന്നതും ആണ്.

എന്നാൽ ഈ വകുപ്പിൻകീഴിൽ കൊടുക്കാനുള്ള ഏതെങ്കിലും തുക വസൂലാക്കുന്നതിന്, അത് കൊടുക്കാനുള്ളതായിത്തീർന്ന തീയതി മുതൽ ഒരു വർഷത്തെ കാലത്തിനുള്ളിൽ അങ്ങനെയുള്ള തുക ഈടാക്കാൻ കോടതിക്ക് അപേക്ഷ ബോധിപ്പിക്കാത്ത പക്ഷം, വാറണ്ട് പുറപ്പെടുവിക്കാൻ പാടുള്ളതല്ല. എന്നുമാത്രവുമല്ല. അങ്ങനെയുള്ള ആൾ, തന്റെ ഭാര്യ തന്നോട് കൂടെ ജീവിക്കണമെന്ന ഉപാധിയിന്മേൽ അവളെ സംരക്ഷിക്കാമെന്ന് വാഗ്ദാനം ചെയ്യുകയും അവൾ അയാളോടുകൂടെ ജീവിക്കാൻ വിസമ്മതിക്കുകയും ചെയ്യുന്നുവെങ്കിൽ, അങ്ങനെയുള്ള മജിസ്ട്രേട്ടിനെ അവളുടെ വിസമ്മതത്തിന് അവൾ പ്രസ്താവിക്കുന്ന ഏതെങ്കിലും കാരണങ്ങൾ പരിഗണിക്കാവുന്നതും, ഈ വകുപ്പിൻ കീഴിൽ ഉത്തരവു ചെയ്യുവാൻ ന്യായമായ കാരണമുണ്ടെന്ന് അദ്ദേഹത്തിന് ബോദ്ധ്യപ്പെടുന്നുവെങ്കിൽ അങ്ങനെയുള്ള വാഗ്ദാനം ഉണ്ടെന്നിരിക്കിലും അപ്രകാരം ഉത്തരവ് ചെയ്യാവുന്നതാണ്.

വിശദീകരണം: ഭർത്താവ് മറ്റൊരു സ്ത്രീയെ വിവാഹം കഴിച്ചിരിക്കുകയോ, അല്ലെങ്കിൽ വെപ്പാട്ടിയെ വച്ചുകൊണ്ടിരിക്കുകയോ ചെയ്യുന്നുവെങ്കിൽ അത് അയാളുടെ ഭാര്യയ്ക്ക് അയാളോടൊപ്പം ജീവിക്കുവാൻ വിസമ്മതിക്കുന്നതിനുള്ള ന്യായമായ കാരണമായി പരിഗണിക്കപ്പെടുന്നതാകുന്നു.

(4) ഈ വകുപ്പിൽ കീഴിൽ ഒരു ഭാര്യയ്ക്കും അവൾ വ്യഭിചാരജീവിതം നയിക്കുകയാണെങ്കിലോ, മതിയായ കാരണം കൂടാതെ അവളുടെ

ഭർത്താവിനോട് കൂടെ ജീവിക്കാൻ വിസമ്മതിക്കുകയാണെങ്കിലോ അവർ പരസ്പര സമ്മതപ്രകാരം വേറിട്ട് താമസിക്കുകയാണെങ്കിലോ അവളുടെ ഭർത്താവിൽ നിന്ന് അതതു സംഗതികളിൽ ജീവനാംശത്തിനോ അല്ലെങ്കിൽ താല്ക്കാലിക ജീവനാംശത്തിനും കോടതിച്ചെലവിനും വേണ്ടിയുള്ള അലവൻസിനോ അവകാശമുണ്ടായിരിക്കുന്നതല്ല.

(5) ആർക്ക് അനുകൂലമായാണോ ഈ വകുപ്പിൻ കീഴിലുള്ള ഒരു ഉത്തരവ് പാസാക്കിയിട്ടുള്ളത് അങ്ങനെയുള്ള ഏതെങ്കിലും ഭാര്യ വ്യഭിചാരജീവിതം നയിക്കുകയാണെന്നോ മതിയായ കാരണം കൂടാതെ ഭർത്താവിനോടു കൂടെ ജീവിക്കാൻ വിസമ്മതിക്കുകയാണെന്നോ അവർ പരസ്പരസമ്മതപ്രകാരം വേറിട്ടു താമസിക്കുകയാണെന്നോ തെളിയിക്കുന്നതിന്മേൽ മജിസ്ട്രേട്ട് ഉത്തരവ് റദ്ദാക്കേണ്ടതാണ്.

ഇന്ത്യൻ ശിക്ഷാനിയമം

വകുപ്പ് 304 ബി സ്ത്രീധന മരണം:

1. ഒരു സ്ത്രീ പൊള്ളലേറ്റോ ശാരീരികമായി മുറിവേറ്റോ അല്ലെങ്കിൽ സ്വാഭാവിക സാഹചര്യങ്ങളിലല്ലാതെ വിവാഹം കഴിഞ്ഞ് ഏഴു വർഷത്തിനുള്ളിൽ മരണപ്പെടുകയും മരണത്തിന് തൊട്ടുമുമ്പ് ഭർത്താവോ അല്ലെങ്കിൽ ഭർത്താവിന്റെ ഏതെങ്കിലും ബന്ധുക്കളോ സ്ത്രീധനവുമായി ബന്ധപ്പെട്ടോ സ്ത്രീധനത്തിനു വേണ്ടിയോ പീഡനത്തിനു വിധേയയാക്കിയിരുന്നുവെന്ന് വെളിപ്പെടുകയും ചെയ്താൽ അങ്ങനെയുള്ള മരണത്തെ സ്ത്രീധന മരണമെന്ന് വിളിക്കുന്നതും ആ ഭർത്താവോ അല്ലെങ്കിൽ അയാളുടെ ബന്ധുക്കളോ അവൾ മരിക്കുന്നതിന് ഇടയാക്കിയതായി കണക്കാക്കപ്പെടുകയും ചെയ്യുന്നതാണ്.

വിശദീകരണം: ഈ ഉപവകുപ്പിന്റെ ആവശ്യങ്ങൾക്ക് സ്ത്രീധനം എന്നതിന് 1961 ലെ സ്ത്രീധന നിരോധന നിയമത്തിലെ വകുപ്പ് 2 ലെ അതേ അർത്ഥം തന്നെ ഉണ്ടായിരിക്കുന്നതാണ്.

2. സ്ത്രീധനമരണം നടത്തുന്ന യാതൊരാളും ഏഴു വർഷത്തിൽ കുറയാത്തതും എന്നാൽ ജീവപര്യന്തത്തോളമാകുന്നതുമായ ഒരു കാലത്തേയ്ക്കുള്ള തടവുശിക്ഷയ്ക്ക് വിധിക്കപ്പെടുന്നതാണ്.

വകുപ്പ് 498 എ:

ഒരു സ്ത്രീയുടെ ഭർത്താവോ അല്ലെങ്കിൽ ഭർത്താവിന്റെ ബന്ധുവോ അവളെ ക്രൂരതയ്ക്ക് വിധേയമാക്കുന്നത്

– ഒരു സ്ത്രീയുടെ ഭർത്താവോ അല്ലെങ്കിൽ ഭർത്താവിന്റെ ഏതെങ്കിലും ബന്ധുവോ, ആ സ്ത്രീയെ ക്രൂരതയ്ക്ക് വിധേയമാക്കുകയാണെങ്കിൽ അയാൾ മൂന്നു വർഷത്തോളമാകാവുന്ന കാലത്തേക്ക് തടവുശിക്ഷക്ക് വിധിയ്ക്കപ്പെടുന്നതും, അതുകൂടാതെ, പിഴശിക്ഷയ്ക്കും കൂടി വിധേയനാകുന്നതുമാണ്.

വിശദീകരണം: (a) ഈ വകുപ്പിൽ ക്രൂരത എന്ന വാക്കിന് ഒരു സ്ത്രീ അവളുടെ ജീവനോ അവയവങ്ങൾക്കോ അല്ലെങ്കിൽ ആരോഗ്യത്തിന് (മാനസികമോ അല്ലെങ്കിൽ ശാരീരികമോ) ഹാനിവരുമെന്നുള്ള ഭയം മൂലം ആത്മഹത്യ ചെയ്യുന്നതിലേക്ക് നയിക്കുന്ന വിധത്തിലുള്ള മനഃപൂർവമായ പെരുമാറ്റം എന്നർത്ഥമാക്കുന്നു.

(b) ഭാര്യയിൽ നിന്നോ അവളുടെ ബന്ധുക്കളായ ഏതെങ്കിലും വ്യക്തിയിൽ നിന്നോ ഏതെങ്കിലും വസ്തുവോ വിലപിടിപ്പുള്ള ഉറപ്പുപത്രമോ നേടുന്നതിനുള്ള ഉദ്ദേശ്യത്തോടുകൂടിയോ അല്ലെങ്കിൽ അങ്ങനെ നേടിക്കൊടുക്കുന്നതിൽ അവളോ അവളുടെ ബന്ധുക്കളോ വീഴ്ച വരുത്തിയതുകൊണ്ടോ ആകാം ആ സ്ത്രീയെ പീഡിപ്പിക്കുന്നത്.

തൊഴിൽസ്ഥലത്തെ സ്ത്രീകൾക്കെതിരായ പീഡനം തടയുന്നത് സംബന്ധിച്ച സുപ്രീം കോടതിയുടെ മാർഗ്ഗനിർദ്ദേശങ്ങൾ

1993 ലെ മനുഷ്യാവകാശ സംരക്ഷണ ആക്റ്റിലെ വകുപ്പ് 2(d)യിലെ "മനുഷ്യാവകാശങ്ങൾ" എന്ന നിർവ്വചനത്തിന്റെ പ്രാധാന്യം കണക്കിലെടുത്തുകൊണ്ടും ഇന്ത്യയിൽ നിലവിലുള്ള സിവിൽ, ക്രിമിനൽ നിയമങ്ങളിൽ സ്ത്രീകളെ അവരുടെ ജോലി സ്ഥലങ്ങളിൽ വച്ച് ലൈംഗികമായി പീഡിപ്പിക്കുന്നത് തടയുന്നതിന് ഫലപ്രദമായി വ്യവസ്ഥകൾ ഇല്ല എന്നും ഇത്തരത്തിലുള്ള നിയമങ്ങൾക്ക് രൂപം നല്കുന്നതിന് വലിയ കാലതാമസമെടുക്കും എന്നുള്ള കാര്യം പരിഗണിച്ചുകൊണ്ടും ജോലി സ്ഥലങ്ങളിൽ തൊഴിൽദായകരും കൂടാതെ ഉത്തരവാദിത്വമുള്ള വ്യക്തികൾ/സ്ഥാപനങ്ങൾ സ്ത്രീകൾക്കെതിരായി ലൈംഗിക പീഡനം തടയുന്നത് ഉറപ്പുവരുത്തുന്നതിലേക്കായി ചില മാർഗ്ഗനിർദ്ദേശങ്ങൾ പാലിക്കേണ്ടത് അത്യാവശ്യവും യുക്തവുമായിരിക്കുന്നു.

(1) തൊഴിൽദായകന്റെ അല്ലെങ്കിൽ ജോലിസ്ഥലത്തെ മറ്റു ഉത്തരവാദിത്വപ്പെട്ട വ്യക്തികളുടെ ചുമതലകൾ

ജോലി സ്ഥലത്തെ ലൈംഗിക പീഡനവും അത്തരത്തിലുള്ള പ്രവൃത്തികളും തടയുകയും ലൈംഗിക പീഡനത്തിനെതിരായ തീരുമാനം, തീർപ്പ് അല്ലെങ്കിൽ പ്രോസിക്യൂഷൻ എന്നിവ കൈക്കൊള്ളുന്നതിനും വേണ്ട വ്യവസ്ഥകൾ ചെയ്യേണ്ടതും തൊഴിൽ ദായകന്റെ അല്ലെങ്കിൽ ജോലി സ്ഥലത്തെ മറ്റു ഉത്തരവാദിത്വപ്പെട്ട വ്യക്തികളുടെ ചുമതലയാണ്.

(2) നിർവചനം:

ഈ ചട്ടത്തിന്റെ ആവശ്യത്തിനായി ലൈംഗിക പീഡനം എന്നതിൽ നേരിട്ടോ മറ്റുവിധത്തിലോ ഉള്ള അനഭിമതമായ ലൈംഗികചിന്തയോടുകൂടിയ പെരുമാറ്റം ഉൾപ്പെടുന്നതാണ്, അതായത്

(i) ശാരീരിക സ്പർശനവും ആ രീതിയിൽ മുമ്പോട്ടുള്ള പെരുമാറ്റവും;
(ii) ലൈംഗിക പ്രീതിയ്ക്കായുള്ള ആവശ്യപ്പെടൽ അല്ലെങ്കിൽ അപേക്ഷിക്കൽ;
(iii) ലൈംഗികനിറമാർന്ന റിമാർക്കുകൾ;
(iv) ഏതെങ്കിലും അശ്ലീല സാഹിത്യം പ്രദർശിപ്പിക്കൽ,
(v) ലൈംഗിക സ്വഭാവമുള്ള ഏതെങ്കിലും മറ്റ് അനഭിമതമായ ശാരീരികമോ വാക്കാലോ, വാക്ക്രഹിതമോ ആയ പെരുമാറ്റം

(3) മുൻകരുതൽ നടപടികൾ–

സ്വകാര്യ–പൊതുമേഖലകളിൽ എല്ലാ തൊഴിൽ ദായകരും ഉത്തരവാദിത്വപ്പെട്ട എല്ലാ ഉദ്യോഗസ്ഥരും ലൈംഗികപീഡനം തടയുന്നതിന് ആവശ്യമായ നടപടികൾ കൈക്കൊള്ളേണ്ടതാണ്. ഈ ബാദ്ധ്യതയുടെ സാമാന്യതയ്ക്ക് ദോഷം വരാത്ത രീതിയിൽ താഴെപറയുന്ന നടപടികൾ കൈക്കൊള്ളേണ്ടതാണ്.

(a) മേൽപ്പറഞ്ഞ പ്രകാരമുള്ള ലൈംഗികപീഡനം നിരോധിച്ചിരിക്കുന്നതായി ജോലിസ്ഥലത്ത് വിജ്ഞാപനം ചെയ്യുകയും ആ വിവരം മതിയായ രീതിയിൽ പരസ്യപ്പെടുത്തുകയും പ്രേരിപ്പിക്കുകയും ചെയ്യുക.

(b) സർക്കാർ ജീവനക്കാരുടെയും സർക്കാർ പൊതുമേഖലാ സംരംഭങ്ങളുടെയും മറ്റും പെരുമാറ്റചട്ടങ്ങളിലും റഗുലേഷനുകളിലും ലൈംഗികപീഡനം നിരോധിച്ചുകൊണ്ടുള്ള ചട്ടങ്ങളും റഗുലേഷനുകളും ഉൾപ്പെടുത്തുകയും കുറ്റക്കാർക്ക് തക്കതായ ശിക്ഷ വ്യവസ്ഥ ചെയ്യുക.

(c) സ്വകാര്യ സ്ഥാപനങ്ങളെ സംബന്ധിച്ചിടത്തോളം ബന്ധപ്പെട്ട നിലവിലുള്ള ഉത്തരവുകളിൽ മേൽപ്പറഞ്ഞ നിരോധന വ്യവസ്ഥകൾ ഉൾക്കൊള്ളിക്കുക.

(d) സ്ത്രീകളോട് വിവേചനപരമായ പെരുമാറ്റം ഒഴിവാക്കുന്നതിലേക്കായി ജോലിസ്ഥലങ്ങളിൽ അവർക്ക് മതിയായ വിശ്രമത്തിനും ആരോഗ്യകരമായി ജോലി ചെയ്യുന്നതിനും ശുചിത്വം ഉറപ്പാക്കുന്നതിനുമുള്ള സംവിധാനങ്ങൾ വ്യവസ്ഥ ചെയ്യുകയും തൊഴിലുമായി ബന്ധപ്പെട്ട് തനിക്ക് ബുദ്ധിമുട്ടുകൾ ഉണ്ടാക്കാൻ സാദ്ധ്യതയുണ്ടെന്ന് ഒരു സ്ത്രീതൊഴിലാളി ന്യായമായും വിചാരിക്കത്തക്ക കാരണങ്ങൾ ഒഴിവാക്കുക.

(4) ക്രിമിനൽ നടപടികൾ–

മേൽപ്പറഞ്ഞ പ്രവൃത്തി ഇന്ത്യൻ ശിക്ഷാനിയമത്തിലെയോ മറ്റേതെങ്കിലും നിയമത്തിലെയോ ഒരു പ്രത്യേക കുറ്റകൃത്യത്തിന്റെ നിർവ്വചനത്തിനുള്ളിൽ വരുന്ന ഒരു പ്രവൃത്തിയാണെങ്കിൽ അതു സംബന്ധിച്ച് യുക്തമായ അധികാരകേന്ദ്രത്തിന് പരാതി നല്കിക്കൊണ്ട് തൊഴിൽദായകൻ ന്യായമായ നടപടികൾ കൈക്കൊള്ളേണ്ടതാണ്. ഇങ്ങനെയുള്ള

നടപടികൾ എടുക്കുമ്പോൾ കുറ്റകൃത്യത്തിനിരയായ സ്ത്രീക്കോ സാക്ഷികൾക്കോ പരാതിയുമായി ബന്ധപ്പെട്ട ബുദ്ധിമുട്ടുകൾ ഉണ്ടാക്കുന്നില്ലെന്ന് ഉറപ്പുവരുത്തേണ്ടതാണ്. കുറ്റകൃത്യത്തിനിരയായ സ്ത്രീക്ക് പീഡിപ്പിച്ച വ്യക്തിയെ സ്ഥലം മാറ്റുന്നതിനോ അവർക്കുതന്നെ സ്ഥലം മാറ്റത്തിനോ വേണ്ടി അധികാരികളോട് അപേക്ഷിക്കാവുന്നതാണ്.

(5) അച്ചടക്ക നടപടികൾ

ഇത്തരത്തിലുള്ള പ്രവൃത്തി ബന്ധപ്പെട്ട സർവ്വീസ് ചട്ടങ്ങളനുസരിച്ച് പെരുമാറ്റദൂഷ്യമാണെങ്കിൽ തൊഴിൽ ദായകൻ ചട്ടങ്ങളനുസരിച്ചുള്ള നടപടികൾ കൈക്കൊള്ളേണ്ടതാണ്.

(6) പരാതി നല്കുന്നതിനുള്ള സംവിധാനം

ഇത്തരത്തിലുള്ള പ്രവൃത്തി നിയമപ്രകാരം കുറ്റകൃത്യമോ അല്ലെങ്കിൽ സർവ്വീസ് ചട്ടങ്ങളുടെ ലംഘനമോ ആണെങ്കിലും അല്ലെങ്കിലും ഇത്തരത്തിലുള്ള പരാതികൾ പരിഹരിക്കുന്നതിലേക്കായി മതിയായ ഒരു പരാതി പരിഹാര സംവിധാനത്തിന് രൂപം നല്കേണ്ടതാണ്. അങ്ങനെയുള്ള പരാതി പരിഹാരം ഫോറം പരാതികളിന്മേൽ സമയബന്ധിതമായി തീർപ്പ് കല്പിക്കേണ്ടതാണ്.

(7) പരാതി പരിഹാരകമ്മിറ്റി

മുകളിൽ പറഞ്ഞ പരാതി പരിഹാര സംവിധാനത്തിന് പുറമെ അത്യാവശ്യമെങ്കിൽ ഒരു സ്പെഷ്യൽ കൗൺസിലറും സഹായക സേവനങ്ങളും അടങ്ങുന്ന (രഹസ്യ സ്വഭാവം സൂക്ഷിക്കുന്നതിനുൾപ്പെടെ) ഒരു കംപ്ലയിന്റ്സ് കമ്മിറ്റിക്കും രൂപം നല്കേണ്ടതാണ്.

ഈ കമ്മിറ്റിയുടെ അദ്ധ്യക്ഷ ഒരു വനിതയായിരിക്കേണ്ടതും അംഗങ്ങളിൽ പകുതിയിൽ കൂടുതൽ വനിതകളായിരിക്കേണ്ടതുമാണ്. കൂടാതെ ഉന്നതങ്ങളിൽനിന്നുള്ള സമ്മർദ്ദം ഒഴിവാക്കുന്നതിലേക്കായി ഇത്തരം കമ്മിറ്റികളിൽ ഒരു മൂന്നാം കക്ഷിയെക്കൂടി ഉൾപ്പെടുത്തേണ്ടതും ആ മൂന്നാം കക്ഷി സർക്കാരിതര സംഘടനകളിൽ നിന്നുള്ള അംഗവും ലൈംഗിക പീഡനം സംബന്ധിച്ച പരാതികൾ കൈകാര്യം ചെയ്യുന്നതിൽ പ്രാവീണ്യം നേടിയ ആളായിരിക്കേണ്ടതുമാണ്.

ഈ കമ്മിറ്റി അവൾ കൈകാര്യം ചെയ്ത പരാതികളെയും അതിന്മേൽ കൈക്കൊണ്ടിട്ടുള്ള നടപടികളെയും സംബന്ധിച്ച് സർക്കാർ വകുപ്പിന് ഒരു വാർഷിക റിപ്പോർട്ട് നല്കേണ്ടതാണ്.

തൊഴിൽദായകനും ഇതു സംബന്ധിച്ച് ഉത്തരവാദിത്വമുള്ള വ്യക്തിയും കംപ്ലയിന്റ്സ് കമ്മിറ്റിയുടെ റിപ്പോർട്ടിന്മേൽ സ്വീകരിച്ച നടപടികൾ ഉൾപ്പെടെ തങ്ങൾ മേൽപ്പറഞ്ഞ മാർഗ്ഗനിർദ്ദേശങ്ങൾ പാലിച്ചതായുള്ള റിപ്പോർട്ടും ബന്ധപ്പെട്ട വകുപ്പിന് നല്കേണ്ടതാണ്.

(8) തൊഴിലാളികളുടെ പങ്ക്-

തൊഴിലാളികളുടെ മീറ്റിങ്ങുകളിലും തൊഴിലാളിയും മുതലാളിയും തമ്മിലുള്ള മീറ്റിങ്ങുകളിലും മറ്റ് അനുയോജ്യമായ വേദികളിലും ലൈംഗിക പീഡനം സംബന്ധിച്ച വിഷയങ്ങൾ ഉന്നയിക്കുന്നതിനും തൊഴിലാളികൾക്ക് അവസരം നല്കേണ്ടതാണ്.

(9) ബോധവല്ക്കരണം

അനുയോജ്യമായ രീതിയിൽ മേൽപ്പറഞ്ഞ മാർഗ്ഗനിർദ്ദേശങ്ങൾ പരസ്യപ്പെടുത്തിക്കൊണ്ടും സ്ത്രീതൊഴിലാളികളുടെ അവകാശങ്ങളെക്കുറിച്ച് മതിയായ ബോധവല്ക്കരണം നടത്തേണ്ടതാണ്.

(10) മൂന്നാം കക്ഷി പീഡനം

മൂന്നാം കക്ഷിയോ പുറത്തുള്ള മറ്റേതെങ്കിലും വ്യക്തിയോ ആണ് ഇത്തരത്തിൽ പെരുമാറിയതെങ്കിൽ തൊഴിൽ ദായകനും ഉത്തരവാദപ്പെട്ട ഉദ്യോഗസ്ഥനും അത് തടയുന്നതിലേക്ക് അനന്തര നടപടികൾ എടുക്കുന്നതിലേക്കും വേണ്ട എല്ലാ സഹായവും ആ സ്ത്രീതൊഴിലാളിക്ക് നല്കേണ്ടതാണ്.

(11) സ്വകാര്യമേഖലയിലും മേൽപ്പറഞ്ഞ മാർഗ്ഗനിർദ്ദേശങ്ങളുടെ വ്യവസ്ഥകൾ ലംഘിക്കുന്നുവെന്ന് ഉറപ്പു വരുത്തുന്നതിലേക്കായി കേന്ദ്ര സംസ്ഥാന സർക്കാരുകൾ നിയമനിർമ്മാണം ഉൾപ്പെടെയുള്ള നടപടികളെടുക്കേണ്ടതാണ്.

(12) 1993 ലെ മനുഷ്യാവകാശ സംരക്ഷണനിയമ പ്രകാരമുള്ള യാതൊരു അവകാശങ്ങളെയും ഈ മാർഗ്ഗനിർദ്ദേശങ്ങൾ ദോഷകരമായി ബാധിക്കുന്നതല്ല.

സ്ത്രീതൊഴിലാളികളുടെ ലിംഗപരമായ സമത്വം ഉറപ്പു വരുത്തുന്നതിലേക്കായി ഈ മാർഗ്ഗനിർദ്ദേശങ്ങൾ എല്ലാ തൊഴിൽ സ്ഥലങ്ങളിലും തൊഴിൽ സ്ഥാപനങ്ങളിലും കർശനമായി പാലിക്കേണ്ടതാണ്.

സുപ്രീംകോടതിയിലെ 'വിശാഖ V രാജസ്ഥാൻ സംസ്ഥാനം'
എന്ന കേസ് വിധിതീർപ്പിൽ നിന്ന് (AIR 1997 SC 3011)

4

കുട്ടികളുടെ അവകാശങ്ങൾ

1. സൗജന്യവും നിർബ്ബന്ധിതവുമായ വിദ്യാഭ്യാസ അവകാശം:

ആറു മുതൽ 14 വയസുവരെ പ്രായമുള്ള ഭാരതത്തിലെ എല്ലാ കുട്ടികൾക്കും സൗജന്യവും നിർബ്ബന്ധിതവുമായ വിദ്യാഭ്യാസം വ്യവസ്ഥാപിതമാക്കുന്നതിനായുള്ള നിയമനിർമാണം നടത്തിയത് 2009-ൽ ആണ്. കേന്ദ്രസർക്കാർ പാർലമെന്റിൽ പാസാക്കിയെടുത്ത ഈ നിയമത്തിന് രാഷ്ട്രപതിയുടെ അനുമതിയും ലഭിച്ച് പ്രാബല്യത്തിലെത്തി. ഭാരതത്തിന്റെ ഭരണഘടനയിൽ തുടക്കം മുതലേ കൗമാരക്കാരായ കുട്ടികൾക്ക് വിദ്യാഭ്യാസം നല്കണമെന്ന ആവശ്യം അംഗീകരിക്കപ്പെട്ട വസ്തുതയാണ്. സൗജന്യ വിദ്യാഭ്യാസം ഒരവസരത്തിൽ നല്കുവാൻ ചില സംസ്ഥാനങ്ങൾക്കെങ്കിലും സാധ്യമായിരുന്നു. സൗജന്യവും നിർബ്ബന്ധിതവുമായ വിദ്യാഭ്യാസം 14 വയസ്സുവരെയുള്ള കുട്ടികൾക്ക് നല്കേണ്ടുന്ന ചുമതലക്കാരായ സംസ്ഥാനങ്ങൾക്കു ഭരണഘടനയുടെ കൂട്ടിച്ചേർക്കപ്പെട്ട അനുഛേദം 21 A പ്രകാരം പ്രത്യേക അധികാരവും നല്കപ്പെട്ടിരുന്നു. ചുരുക്കത്തിൽ, നിർബ്ബന്ധിത-സൗജന്യവിദ്യാഭ്യാസം മൗലികാവകാശമായിത്തീർന്നു, ഭാരതത്തിൽ. ഇതുകാരണം പ്രാഥമിക വിദ്യാഭ്യാസം തൃപ്തികരമായ നല്ല നിലവാരത്തിൽ മുഴുവൻ സമയ പ്രക്രിയയായി മാറ്റാനും 2009-ലെ ഈ ആക്റ്റ് മൂലം കഴിഞ്ഞുവെന്നത് ശ്ലാഘനീയവുമാണ്. ഏവർക്കും അവസരം നല്കി വിദ്യാഭ്യാസമുള്ളവരാക്കി ജനങ്ങൾക്ക് നൂറു ശതമാനം സാക്ഷരത ഉറപ്പാക്കുവാനുള്ള ലക്ഷ്യവും ഇതിന്റെ ഭാഗമാണെന്ന് കരുതുന്നതിൽ തെറ്റില്ല.

സ്വാതന്ത്ര്യ പ്രാപ്തിക്കുശേഷം വിദ്യാഭ്യാസകാര്യങ്ങളിൽ ഏറെ പരിഷ്കാരങ്ങൾക്കു ഭാരതം വേദിയായിട്ടുണ്ട്. ഭരണഘടനയുടെ നിർദ്ദേശകതത്ത്വങ്ങൾക്കനുസൃതമായി വിദ്യാഭ്യാസമേഖല വികസിച്ചു കൊണ്ടി

രിക്കുകയാണ്. എങ്കിലും സാർവ്വത്രിക പ്രാഥമിക വിദ്യാഭ്യാസത്തിൽ ഭാരതം നേട്ടം കൈവരിച്ചിട്ടില്ലെന്ന കാര്യവും ഇവിടെ ഓർക്കേണ്ടതുണ്ട്. ഇത്തരുണത്തിലാണ് ഈ ആക്റ്റിന്റെ പ്രസക്തിയെപ്പറ്റി ചിന്തിക്കുന്നതും 2002 ൽ ഭരണഘടനതന്നെ അനുശാസിച്ചിട്ടുള്ള വിദ്യാഭ്യാസ പരിപാടി നിയമംമൂലം പ്രാബല്യത്തിൽ എത്തിക്കുന്നതിന് 2007 ൽ ഈ നിയമം കൊണ്ടുവന്നതും.

കുട്ടികളുടെ വിദ്യാഭ്യാസം മൗലികാവകാശമായിത്തന്നെ ഈ നിയമത്തിൽ വ്യവസ്ഥ ചെയ്യുന്നുമുണ്ട്; അതുപ്രകാരം ഔപചാരിക സ്കൂളുകളിൽ എല്ലാ കുട്ടികൾക്കും പൂർണ്ണമായ പ്രാഥമിക വിദ്യാഭ്യാസം നിർബ്ബന്ധിതവും സൗജന്യവുമാക്കിയെന്നു മാത്രമല്ല, അവകാശം കൂടിയാക്കിത്തീർത്തു. അതായത് സൗജന്യമായ വിദ്യാഭ്യാസമാണ് ഇവിടെ അവകാശമാക്കിയിരിക്കുന്നത്. കുട്ടികളുടെ ഈ അവകാശം സംരക്ഷിക്കുന്നതിനായി പ്രത്യേക സംവിധാനവും വികേന്ദ്രീകൃത പരാതി പരിഹാര മാർഗ്ഗങ്ങളും നിയമത്തിൽ നിർദ്ദേശിക്കപ്പെടുന്നു.

ഈ നിയമത്തിന്റെ നിർമ്മാണത്തിൽ അധിഷ്ഠിതമായ പ്രധാന ലക്ഷ്യം, സമത്വവും സാമൂഹികനീതിയും ജനാധിപത്യവും ഉയർത്തിക്കാട്ടുന്നതിനും സംരക്ഷിക്കുന്നതിനുമാണ്. നീതിയുക്തമായ ഒരു സമൂഹത്തെ മനുഷ്യത്വത്തിൽ ഉറപ്പിച്ചുനിർത്തി രാഷ്ട്രനിർമ്മിതി കൈവരിക്കാനുള്ള ശ്രമത്തിന്റെ ഭാഗവും കൂടിയാണീ നിയമം. പ്രധാനമായും പിന്നോക്ക വിഭാഗക്കാരായ കുട്ടികൾക്ക് സംതൃപ്ത നിലവാരത്തിലുള്ള നിർബ്ബന്ധിത-സൗജന്യവിദ്യാഭ്യാസം നല്കുന്നതിനുള്ള വ്യവസ്ഥ സർക്കാർ സഹായമില്ലാത്ത സ്കൂളുകളും സൗജന്യ-നിർബ്ബന്ധിത വിദ്യാഭ്യാസം നല്കാൻ ബാദ്ധ്യതയുണ്ട്.

1-4-2010 മുതൽ മാത്രമാണ് ഈ നിയമം പ്രാബല്യത്തിലെത്തിയത് എങ്കിലും, 2009 ആഗസ്ത് 26 ന് പ്രസിഡന്റിന്റെ അംഗീകാരം ലഭിച്ചിരുന്നു. 2012 ൽ ഈ ആക്റ്റിന് ഭേദഗതി പാർലമെന്റിൽ പാസ്സാക്കി. 2012 ആഗസ്റ്റ് 1 ന് പ്രാബല്യത്തിൽ വന്നു.

ഇന്ത്യൻ ഭരണഘടനയിലെ അനുച്ഛേദങ്ങൾ 29 ഉം 30 ഉം അനുസരിച്ച് സൗജന്യവും നിർബ്ബന്ധിതവുമായ വിദ്യാഭ്യാസത്തിന് കുട്ടികൾക്ക് അവകാശങ്ങൾ നല്കുന്നതിന് ഈ ആക്റ്റിലെ വ്യവസ്ഥകൾ ബാധകമാക്കുന്നു. എന്നാൽ, മദ്രസ്സകൾ, വേദിക് പാഠശാലകൾ, മതബോധനം നടത്തുന്ന പ്രാഥമിക വിദ്യാഭ്യാസ സ്ഥാപനങ്ങൾ എന്നിവയ്ക്ക് ഈ നിയമം ബാധകമാകുന്നില്ല. ഇവിടെ ഭേദഗതി ഇങ്ങനെ വരുത്തിയിട്ടുണ്ട്. "മദ്രസ്സകൾ, വേദിക് പാഠശാലകൾ, മതബോധനം നടത്തുന്ന വിദ്യാഭ്യാസ സ്ഥാപനങ്ങൾ മതപരമായ വിദ്യാഭ്യാസം നല്കുന്ന ഇടങ്ങൾ ആയതുകൊണ്ടാണ്."

ആറു മുതൽ 14 വയസു വരെ പ്രായമുള്ള ഓരോ കുട്ടിയ്ക്കും പ്രാഥമിക വിദ്യാഭ്യാസം പൂർത്തിയാകുംവരെ സമീപ പ്രദേശത്തെ സ്കൂളിൽ സൗജന്യവും നിർബ്ബന്ധിതവുമായ വിദ്യാഭ്യാസം ലഭിക്കുന്നതിന് അവ

കാശം ഉണ്ടായിരിക്കുന്നതാണ് (ഈ നിയമത്തിലെ 3-ാം വകുപ്പ്) (ഈ നിയമത്തിൽ കുട്ടി എന്നാൽ പ്രതികൂലാവസ്ഥയിലുള്ള ഗണത്തിൽപ്പെട്ട കുട്ടി, അല്ലെങ്കിൽ പട്ടികജാതിയിലോ പട്ടികവർഗത്തിലോ സാമൂഹിക മായും വിദ്യാഭ്യാസപരമായും പിന്നോക്കം നില്ക്കുന്ന വിഭാഗത്തിലോ പെട്ടതോ അല്ലെങ്കിൽ സാമൂഹികമായോ സാംസ്കാരികമായോ സാമ്പ ത്തികമായോ അല്ലെങ്കിൽ സമുചിത സർക്കാരിൽ വിജ്ഞാപനം വഴി നിർദേശിച്ചേക്കാവുന്ന അങ്ങനെയുള്ള മറ്റ് ഘടകത്തിലോ പ്രതികൂലാവ സ്ഥയിലുള്ള അങ്ങനെയുള്ള മറ്റ് ഗണത്തിൽപ്പെട്ടതോ ആയ കുട്ടി എന്നർത്ഥമാകുന്നു. 'ദുർബ്ബലവിഭാഗത്തിൽപ്പെട്ട കുട്ടി' എന്നാൽ സമു ചിത സർക്കാരിനാൽ വിജ്ഞാപനം വഴി നിർദ്ദേശിക്കപ്പെട്ട 'ഏറ്റവും കുറഞ്ഞ പരിധിയിൽ താഴെ' വാർഷിക വരുമാനമുള്ള അങ്ങനെയുള്ള മാതാപിതാക്കളുടെ അല്ലെങ്കിൽ രക്ഷിതാവിന്റെ ഒരു കുട്ടി എന്നർത്ഥമാ ക്കുന്നു)

വിദ്യാഭ്യാസത്തിനായി യാതൊരു വിധ ഫീസോ ചാർജ്ജുകളോ ചെലവുകളോ വഹിക്കേണ്ടതില്ല. വൈകല്യമുള്ള കുട്ടികൾ 'വൈകല്യ മുള്ള ആളുകൾ ആക്റ്റ്,' 1995 ന്റെ V-ാം അദ്ധ്യായത്തിലെ വ്യവസ്ഥ കൾ അനുസരിച്ചുള്ള വൈകല്യങ്ങളുള്ള കുട്ടികൾക്കുള്ള അതേ അവ കാശങ്ങൾക്ക് അർഹരാക്കുന്നതാണ്. ബഹുവിധ വൈകല്യമുള്ള കുട്ടിയ്ക്കും ഗൃഹാധിഷ്ഠിത വിദ്യാഭ്യാസം തെരഞ്ഞെടുക്കുന്നതിനുള്ള അവകാശം കൂടി ഉണ്ടായിരിക്കുന്നതാണ്. ആറുവയസ്സിനു മുകളിലുള്ള കുട്ടിയെ ഏതെങ്കിലും സ്കൂളിൽ ചേർത്തിട്ടില്ലായെങ്കിലോ അഥവാ ചേർത്തിട്ടുണ്ടെങ്കിലോ അവന്/അവൾക്ക് വിദ്യാഭ്യാസം പൂർത്തീകരി ക്കാൻ സാധിച്ചിട്ടില്ലായെങ്കിലോ അവന്റെ/അവളുടെ പ്രായത്തിന് യോജിച്ച ഒരു ക്ലാസിൽ ചേർക്കേണ്ടതാണ്. എന്നാൽ ഒരു കുട്ടിയെ പ്രായത്തിനു യോജിച്ച ക്ലാസിൽ നേരിട്ട് ചേർത്തിട്ടുണ്ടെങ്കിൽ മറ്റുള്ളവരുമായി സമാ നതകളുണ്ടാക്കുന്നതിലേക്ക് നിർദ്ദേശിക്കപ്പെടാവുന്ന അത്തരം രീതിയിലും അങ്ങനെയുള്ള സമയപരിധിക്കുള്ളിലും പ്രത്യേകം പരിശീലനം ലഭിക്കു ന്നതിനുള്ള അവകാശവും ഉണ്ടായിരിക്കും. മാത്രവുമല്ല, പ്രാഥമിക വിദ്യാ ഭ്യാസം പൂർത്തിയാകുംവരെ സൗജന്യവിദ്യാഭ്യാസത്തിന് അർഹതയും ഉണ്ടായിരിക്കുന്നതാണ് (വകുപ്പ് 4).

നിർദ്ദേശിക്കപ്പെട്ട സ്കൂളുകളിലേക്കല്ലാതെ മറ്റേതൊരു സ്കൂളി ലേക്കും മാറ്റം തേടുന്നതിന് അവകാശം ഉണ്ടായിരിക്കുന്നതാണ്. ഈ ആക്റ്റിൻ പടിയുള്ള സ്കൂളുകൾ ഇല്ലാത്ത സ്ഥലങ്ങളിൽ ഈ ആക്റ്റ് പ്രാബല്യത്തിലെത്തിയതുമുതൽ മൂന്നു വർഷക്കാലത്തിനുള്ളിൽ സ്കൂൾ സ്ഥാപിക്കുന്നതിന് (വകുപ്പ് 6 ൽ) വ്യവസ്ഥയുണ്ട്. ഈ ആക്റ്റിലെ വ്യവ സ്ഥകൾ നടപ്പാക്കാനുള്ള ഫണ്ടുകൾ ലഭ്യമാക്കുന്നതിൽ കേന്ദ്ര സംസ്ഥാന സർക്കാരുകൾക്ക് ഉത്തരവാദിത്വം ഉണ്ടായിരിക്കുന്നതാണ്. എന്നാൽ, വ്യവസ്ഥകൾ നടപ്പാക്കാനുള്ള മൂലധനത്തിന്റെയും ആവർത്ത നച്ചെലവിന്റെയും അടങ്കലുകൾ കേന്ദ്രസർക്കാർ തയാറാക്കേണ്ടതാണ്.

കേന്ദ്ര ഗ്രാന്റായും സംസ്ഥാനത്തിന് ഈ ചെലവുകൾ വഹിക്കാനുള്ള തുകകൾ നല്കാവുന്നതാണ്.

മേൽപ്പറയപ്പെട്ട സൗജന്യ-നിർബ്ബന്ധിത വിദ്യാഭ്യാസം നല്കുന്നതിനുള്ള സർക്കാരിന്റെ കർത്തവ്യങ്ങളിൽ ഒന്ന്, പ്രാഥമിക വിദ്യാഭ്യാസം നല്കുക എന്നതും സ്കൂളുകളിലുണ്ടായ ചെലവ് തിരികെ നല്കുന്നതും ആകുന്നു. കുട്ടികളുടെ വിദ്യാഭ്യാസം പൂർത്തീകരിക്കുന്നതിന് സഹായിക്കുക, സമീപപ്രദേശങ്ങളിൽ സ്കൂളുകളുടെ ലഭ്യത ഉറപ്പാക്കുക, കുട്ടികളോട് വിവേചനം കാണിക്കാതിരിക്കുക, വിദ്യാഭ്യാസം തുടരുന്നതിൽ നിന്നും പൂർത്തിയാക്കുന്നതിൽ നിന്നും തടസ്സങ്ങളുണ്ടാക്കുന്നില്ലെന്നും ഉറപ്പാക്കുക, സ്കൂൾ കെട്ടിടങ്ങളും അദ്ധ്യാപകരും പഠനോപകരണങ്ങളും അടങ്ങിയ അടിസ്ഥാന സൗകര്യങ്ങൾ നല്കുക, പ്രത്യേക പരിശീലനം നല്കുക, ഗുണനിലവാരമുള്ള പ്രാഥമിക വിദ്യാഭ്യാസം ഉറപ്പാക്കുക, പ്രാഥമിക വിദ്യാഭ്യാസത്തിനുള്ള പാഠ്യപദ്ധതിയുടെയും പഠന കോഴ്സുകളുടെയം സമയോചിത നിർണ്ണയിക്കൽ ഉറപ്പാക്കുക, അദ്ധ്യാപകർക്കു പരിശീലനം നല്കുക ആദിയായ കടമകൾ സർക്കാരിന്റെ ഭാഗത്തുനിന്നും നിർവ്വഹിക്കപ്പെടേണ്ടതാണെന്ന് നിയമത്തിൽ വ്യവസ്ഥകളുണ്ട്.

തദ്ദേശ സ്വയംഭരണ സ്ഥാപനത്തിനും അതിന്റേതായ കർത്തവ്യങ്ങൾ ഇക്കാര്യത്തിലുണ്ട്. ഓരോ കുട്ടിക്കും സൗജന്യവും നിർബ്ബന്ധിതവുമായ വിദ്യാഭ്യാസം നല്കുക, കുട്ടികൾക്ക് പഠനത്തിനായി സർക്കാർ/ തദ്ദേശ ഭരണസ്ഥാപന സ്കൂളുകളോ എയ്ഡഡ് സ്കൂളുകളോ ഏർപ്പെടുത്തുക. (രക്ഷകർത്താക്കൾക്ക് കുട്ടികളുടെ സ്കൂൾ വിദ്യാഭ്യാസ ചെലവിന് അവകാശം ഉന്നയിക്കുന്നതിന് അർഹത ഉണ്ടായിരിക്കുന്നതല്ല). സമീപപ്രദേശത്ത് സ്കൂളിലുള്ള ലഭ്യത ഉറപ്പുവരുത്തുക, കുട്ടികൾക്കിടയിൽ വിവേചനം കാണിക്കുന്നില്ലെന്നും വിദ്യാഭ്യാസം തടസപ്പെടുത്തുന്നില്ലെന്നും ഉറപ്പാക്കുക, പതിനാലു വയസ്സു വരെയുള്ള കുട്ടികളുടെ റിക്കാർഡുകൾ സൂക്ഷിക്കുക. തദ്ദേശ ഭരണ സ്ഥാപനത്തിന്റെ അധികാരിതയ്ക്കുള്ളിൽ താമസിക്കുന്ന ഓരോ കുട്ടിയുടെയും പ്രവേശനവും ഹാജരും പ്രാഥമിക വിദ്യാഭ്യാസ പൂർത്തീകരണവും ഉറപ്പുവരുത്തേണ്ടതും, നിരീക്ഷിക്കേണ്ടതുമാകുന്നു. അടിസ്ഥാന സൗകര്യങ്ങളായ കെട്ടിടങ്ങൾ, അദ്ധ്യാപകർ, പഠനോപകരണങ്ങൾ എന്നീ കാര്യങ്ങൾ സജ്ജീകരിക്കുക, പഠന പരിശീലനസൗകര്യങ്ങൾ നല്കുക, നിയമാനുസൃതമായ പട്ടികയിൽ പറയുന്ന നിലവാരങ്ങൾ, മാനദണ്ഡങ്ങൾ എന്നിവയുടെ അനുരൂപകമായ നല്ല ഗുണനിലവാരമുള്ള പ്രാഥമിക വിദ്യാഭ്യാസം ഉറപ്പുവരുത്തുക, പാഠ്യപദ്ധതിയുടെയും പഠനകോഴ്സുകളുടെയും സമയോചിതമായ നിർണ്ണയിക്കൽ ഉറപ്പാക്കുക, അധ്യാപകർക്കു പരിശീലനം നല്കുക, കുടിയേറ്റ കുടുംബങ്ങളിലെ കുട്ടികൾക്ക് പ്രവേശനം ഉറപ്പാക്കുക, അധികാരിതയ്ക്കുള്ളിലുള്ള സ്കൂളുകളുടെ പ്രവർത്തനം നിരീക്ഷിക്കുക, അദ്ധ്യയന കലണ്ടർ നിശ്ചയിക്കുക എന്നിവയാണ്.

മാതാപിതാക്കൾ തങ്ങളുടെ കുട്ടികളെ അടുത്തുള്ള സ്കൂളിൽ പ്രവേശിപ്പിക്കേണ്ടത് അവരുടെ കർത്തവ്യമാണെന്ന് വ്യവസ്ഥയുണ്ട്. (എന്നാൽ ലംഘിക്കുന്നവർക്കുള്ള ശിക്ഷാ നടപടികളുടെ കാര്യം ഇവിടെ വ്യവസ്ഥയിൽ കാണുന്നില്ല)

മൂന്നുവയസ്സിനുമുകളിലുള്ള കുട്ടികളെ പ്രാഥമിക വിദ്യാഭ്യാസത്തിന് തയാറാക്കുക എന്ന വീക്ഷണത്തോടും ആറു വയസ്സ് പ്രായം പൂർത്തിയാകുന്നതുവരെ എല്ലാ കുട്ടികൾക്കും ആദ്യകാല ബാലസംരക്ഷണവും വിദ്യാഭ്യാസവും നല്കുന്നതിനുവേണ്ടിയും അങ്ങനെയുള്ള കുട്ടികൾക്ക് സൗജന്യപ്രീ–സ്കൂൾ വിദ്യാഭ്യാസം നല്കുന്നതിനാവശ്യമായ ഏർപ്പാടുകൾ സർക്കാർ ഉണ്ടാക്കേണ്ടതാണ്.

നിർദ്ദേശിക്കപ്പെട്ട സ്കൂളുകളിൽ പ്രവേശിപ്പിച്ച എല്ലാ കുട്ടികൾക്കും സൗജന്യവും നിർബ്ബന്ധിതവുമായ വിദ്യാഭ്യാസം നല്കേണ്ടതും സഹായഗ്രാന്റുകളും ചെലവുകളും തമ്മിലുള്ള അനുപാതത്തിൽ ഏറ്റവും കുറഞ്ഞത് 25 ശതമാനത്തിന് വിധേയമായി അതിൽ പ്രവേശിപ്പിച്ചിട്ടുള്ള കുട്ടികൾക്കും സൗജന്യ നിർബ്ബന്ധിത വിദ്യാഭ്യാസം നല്കേണ്ടതും, നിർദേശിക്കപ്പെട്ട സ്കൂളിൽ ഒന്നാം ക്ലാസിൽ, ആ ക്ലാസിലെ സംഖ്യാബലത്തിന്റെ ഏറ്റവും കുറഞ്ഞത് ഇരുപത്തിയഞ്ച് ശതമാനം വരെയെങ്കിലും സമീപ പ്രദേശങ്ങളിലെ ദുർബ്ബലവിഭാഗത്തിലും പ്രതികൂലാവസ്ഥയിലുമുള്ള ഗണത്തിൽപ്പെട്ട കുട്ടികളെ പ്രവേശിപ്പിക്കേണ്ടതും സൗജന്യവും നിർബ്ബന്ധിതവുമായ പ്രാഥമിക വിദ്യാഭ്യാസം അതിന്റെ പൂർത്തീകരണം വരെ നല്കേണ്ടതുമാണ്. മാത്രമല്ല, ഈ സ്കൂളുകളിൽ പ്രീ സ്കൂൾ വിദ്യാഭ്യാസത്തിനുള്ള പ്രവേശനത്തിന് മേൽപ്പറഞ്ഞ വ്യവസ്ഥകൾ ബാധകമാകുന്നതാണ്.

നിർദ്ദേശിക്കപ്പെട്ട പ്രകാരമുള്ള സൗജന്യവും നിർബ്ബന്ധിതവുമായ പ്രാഥമികമായ വിദ്യാഭ്യാസം നല്കുന്ന നിർദ്ദേശിക്കപ്പെട്ട സ്കൂളിന് അങ്ങനെ അത് നേരിട്ട ചെലവ് ഒരു കുട്ടിക്കുവേണ്ടി സംസ്ഥാനം നേരിട്ട ചെലവിന്റെ അത്രയുമോ അല്ലെങ്കിൽ ആ കുട്ടിയിൽ നിന്നും ഈടാക്കിയ യഥാർത്ഥ തുകയോ, ഇതിൽ ഏതാണോ കുറവ്, അത് നിർണ്ണയിക്കപ്പെടാവുന്ന അങ്ങനെയുള്ള രീതിയിൽ, തിരികെ നല്കേണ്ടതാണ്. എന്നാൽ, അങ്ങനെയുള്ള തിരിച്ചു നൽകൽ നിർദേശിക്കപ്പെട്ട സ്കൂളിന്, അങ്ങനെ ആ സ്കൂളിന് നേരിട്ട ചെലവ്, ഒരു കുട്ടിയ്ക്കു വേണ്ടി സംസ്ഥാനം നേരിട്ട ചെലവിന്റെ അത്രയുമോ, അല്ലെങ്കിൽ ആ കുട്ടിയിൽ നിന്നും ഈടാക്കിയ യഥാർത്ഥ തുകയോ ഇതിൽ ഏതാണോ കുറവ് അത്, നിർണ്ണയിക്കപ്പെടാവുന്ന അങ്ങനെയുള്ള രീതിയിൽ തിരികെ നല്കേണ്ടതാണ്.

എന്നാൽ, അപ്രകാരമുള്ള തിരിച്ചു നല്കൽ ഈ നിയമത്തിൽ നിർദേശിച്ച (2(n)(i) –ാം ഉപവകുപ്പ് ഒരു സ്കൂളിന് ഒരു കുട്ടിക്കുവേണ്ടി നേരിട്ട ചെലവിൽ കൂടുവാൻ പാടുള്ളതല്ല.

ഒരു സ്കൂൾ അല്ലെങ്കിൽ ഒരാൾ ഒരു കുട്ടിയെ വിദ്യാഭ്യാസത്തിനായി പ്രവേശിപ്പിക്കുമ്പോൾ ഏതെങ്കിലും ക്യാപ്പിറ്റേഷൻ ഫീസ് (തലവരിപ്പ

ണം) സമാഹരിക്കുവാൻ പാടില്ലാത്തതും കുട്ടിയെയോ മാതാപിതാക്കളെയോ /രക്ഷകർത്താവിനെയോ ഏതെങ്കിലും സ്ക്രീനിങ് നടപടിക്രമത്തിന് വിധേയരാക്കുവാൻ പാടില്ലാത്തതുമാണ്. ഈ വ്യവസ്ഥ ലംഘിച്ച് ഏതെങ്കിലും സ്കൂളോ ആളോ ക്യാപിറ്റേഷൻ ഫീസ് സ്വീകരിക്കുകയാണെങ്കിൽ ചുമത്തിയ ഫീസിന്റെ പത്തിരട്ടിവരെയാകാവുന്ന പിഴയോടുകൂടി ശിക്ഷിക്കപ്പെടാവുന്നതും കുട്ടിയെ സ്ക്രീനിങ്ങിന് വിധേയനാക്കുന്നുവെങ്കിൽ, ആദ്യലംഘനത്തിന് ഇരുപത്തയ്യായിരം രൂപവരെ നല്കാവുന്നതും തുടർന്നുള്ള ഓരോ ലംഘനത്തിനും 50,000 രൂപ വരെ ആകാവുന്നതുമായ പിഴയോടുകൂടി ശിക്ഷിക്കപ്പെടാവുന്നതാണെന്ന് വകുപ്പ് 13 വ്യവസ്ഥ ചെയ്യുന്നു.

പ്രവേശന സമയത്തെ പ്രായത്തിനുള്ള തെളിവായി ജനനമരണ വിവാഹ രജിസ്ട്രേഷൻ ആക്റ്റിലെ വ്യവസ്ഥകളനുസരിച്ചുള്ള സർട്ടിഫിക്കറ്റിന്റെ അടിസ്ഥാനത്തിലോ അല്ലെങ്കിൽ അപ്രകാരമുള്ള മറ്റു പ്രമാണത്തിന്റെ അടിസ്ഥാനത്തിലോ നിശ്ചയിക്കേണ്ടതില്ലെന്നും പ്രായത്തിനുള്ള തെളിവിന്റെ അഭാവത്തിൽ യാതൊരു കുട്ടിയ്ക്കും ഒരു സ്കൂളിൽ പ്രവേശനം നിഷേധിക്കാൻ പാടുള്ളതല്ല. [വകുപ്പ് 14(2)]

യാതൊരു കാരണവശാലും പ്രവേശനം നിരസിക്കാൻപാടില്ല (വകുപ്പ് 15)

ഒരു കുട്ടിയെ സ്കൂളിൽ പ്രവേശിപ്പിച്ചശേഷം പ്രാഥമിക വിദ്യാഭ്യാസം പൂർത്തിയാകുംവരെ ഏതെങ്കിലും ഒരു ക്ലാസിൽത്തന്നെ നിലനിർത്തുവാനോ സ്കൂളിൽ നിന്നു പുറത്താക്കുവാനോ പാടില്ലെന്ന് വകുപ്പ് 15 ൽ വ്യവസ്ഥ ചെയ്യുന്നു.

ശാരീരികമായി കുട്ടികളെ ശിക്ഷിക്കുവാനോ മാനസികമായി പീഡിപ്പിക്കുവാനോ പാടില്ല. ഈ വ്യവസ്ഥ ലംഘിക്കപ്പെടുമ്പോൾ പീഡിപ്പിക്കുന്ന ആളെ സർവ്വീസ് ചട്ടങ്ങൾ പ്രകാരം അച്ചടക്ക നടപടിക്ക് വിധേയനാക്കേണ്ടതാണ്.

ഈ നിയമം നിലവിൽ വന്നശേഷം നിർദ്ദിഷ്ട രീതിയിലും ഫോറത്തിലും അപേക്ഷ നല്കിയശേഷം അംഗീകാരം ലഭ്യമാക്കിയ സ്കൂളുകളോ സർക്കാരിന്റെയോ തദ്ദേശ സ്വയംഭരണ സ്ഥാപനത്തിന്റെയോ നിയന്ത്രണത്തിലുള്ള സ്കൂളുകളിലോ മാത്രമേ ഈ നിയമമനുസരിച്ചുള്ള സ്കൂളുകൾ അംഗീകാര സർട്ടിഫിക്കറ്റോടെ പ്രവർത്തിക്കുവാൻ പാടുള്ളൂ. സ്കൂൾ ആരംഭിക്കാനായി നിയമാനുസൃത നടപടിക്രമങ്ങൾ പാലിച്ച് വ്യവസ്ഥകൾക്കു വിധേയമായി അംഗീകാര സർട്ടിഫിക്കറ്റ് നല്കേണ്ടതാണ്. എന്നാൽ ഈ ആക്റ്റിലെ 19-ാം വകുപ്പിൽ നിർദ്ദേശിച്ചിട്ടുള്ള മാനദണ്ഡങ്ങളും നിലവാരങ്ങളും പാലിക്കപ്പെടാത്ത സ്കൂളിന് അംഗീകാരം നല്കാൻ പാടില്ല. എന്നാൽ, നിലവാര മാനദണ്ഡങ്ങൾ പാലിച്ചില്ലെന്ന കാരണത്താൽ ഒരു ലിഖിതമായ ഉത്തരവിലൂടെ മാത്രമേ അംഗീകാരം പിൻവലിക്കാവൂ. അംഗീകാരം നഷ്ടപ്പെട്ട സ്കൂളിലെ വിദ്യാർത്ഥികളെ അടുത്തുള്ള ഏത് സ്കൂളിൽ പ്രവേശിപ്പിക്കണമെന്ന്, അംഗീകാരം പിൻവ

ലിക്കുന്ന ഉത്തരവിൽ തന്നെ നിർദ്ദേശിക്കേണ്ടതാണ്. അതുപോലെ അംഗീകാരം പിൻവലിക്കാതിരിക്കാൻ കാരണങ്ങളുണ്ടോ എന്നുകൂടി കേട്ടശേഷമേ അംഗീകാരം പിൻവലിക്കാവൂ. അംഗീകാര സർട്ടിഫിക്കറ്റ് ലഭിക്കാതെ സ്കൂൾ നടത്തുകയോ, അംഗീകാരം പിൻവലിച്ചശേഷം സ്കൂൾ തുടർന്നു നടത്തുകയോ ചെയ്യുമെങ്കിൽ ഒരു ലക്ഷം രൂപ വരെ പിഴയും, ലംഘനങ്ങൾ തുടരുന്നുവെങ്കിൽ ഓരോ ദിവസത്തിനും 10,000 രൂപ വീതം പിഴ ഈടാക്കുന്നതിനും വ്യവസ്ഥ ചെയ്യുന്നു.

മാനദണ്ഡങ്ങളും നിലവാരങ്ങളും പാലിക്കാതെയുള്ള സ്കൂൾ സ്ഥാപിക്കുവാനോ അംഗീകരിക്കുവാനോ 18–ാം വകുപ്പ് വിലക്കുന്നുണ്ട്. മുമ്പേ പ്രവർത്തിച്ചുകൊണ്ടിരിക്കുന്ന സ്കൂൾ, മാനദണ്ഡങ്ങളും നിലവാരങ്ങളും പാലിക്കാതിരുന്നാൽ സ്വന്തം ചെലവിൽ അവ പാലിക്കുന്നതിന് ഈ നിയമം നിലവിൽ വന്ന തീയതി മുതൽ മൂന്നു വർഷത്തിനുള്ളിൽ നടപടികൾ സ്വീകരിക്കേണ്ടതാണ്. വീഴ്ചവരുത്തുമെങ്കിൽ അധികൃതർ അത്തരം സ്കൂളിന്റെ അംഗീകാരം പിൻവലിച്ച തീയതി മുതൽ സ്കൂൾ തുടർന്നു നടത്തുവാൻപാടില്ല. അഥവാ സ്കൂൾ തുടർന്നും നടത്തുമെങ്കിൽ ഒരുലക്ഷം രൂപവരെ പിഴയും, തുടരുന്ന ലംഘനക്കുറ്റത്തിന് ദിനം പ്രതി 10,000 രൂപ പിഴ കണക്കാക്കി ഈടാക്കാവുന്നതാണ്. വകുപ്പ് 20 പ്രകാരം കേന്ദ്ര സർക്കാരിന് ഒരു വിജ്ഞാപനം വഴി ഈ നിയമത്തിലെ പട്ടികയിൽച്ചേർക്കാനോ ഉപേക്ഷിക്കുവാനോ പട്ടിക ഭേദഗതി ചെയ്യാനോ അധികാരമുണ്ടായിരിക്കും.

ഈ നിയമത്തിലെ വ്യവസ്ഥ [വകുപ്പ് 2(n)(iii)] പ്രകാരം നിർദ്ദേശിച്ചിട്ടുള്ളതല്ലാത്ത സ്കൂളിൽ മാനേജിങ് കമ്മിറ്റി രൂപീകരിക്കേണ്ടതാണ്. അതിൽ തദ്ദേശ ഭരണ സ്ഥാപനത്തിലേക്ക് തിരഞ്ഞെടുക്കപ്പെട്ട പ്രതിനിധിയും പ്രവേശനം ലഭിച്ച കുട്ടികളുടെ മാതാപിതാക്കൾ (രക്ഷാകർത്താവ്) അദ്ധ്യാപകരും അംഗങ്ങളാകണം. ഈ കമ്മിറ്റിയിൽ നാലിൽ മൂന്ന് അംഗങ്ങൾ രക്ഷാകർത്താക്കളുടെ പ്രതിനിധികളായിരിക്കണം. അതുപോലെ, പ്രതികൂലാവസ്ഥയിലുള്ള ഗണത്തിലും ദുർബ്ബല വിഭാഗത്തിലും പെടുന്ന കുട്ടികളുടെ മാതാപിതാക്കൾക്ക് (രക്ഷാകർത്താക്കൾക്ക്) ആനുപാതിക പ്രാതിനിധ്യം അനിവാര്യവുമാണ്. കമ്മിറ്റിയുടെ ആകെ എണ്ണത്തിൽ അമ്പതു ശതമാനവും സ്ത്രീകളായിരിക്കണമെന്നാണ് നിയമവ്യവസ്ഥ. കമ്മിറ്റിയുടെ ചുമതലകൾ വകുപ്പ് 21(2) പ്രകാരമായിരിക്കണം. സ്കൂൾ മാനേജ്മെന്റ് കമ്മിറ്റി വകുപ്പ് 21(1) പ്രകാരം രൂപീകരിച്ച് വികസന പദ്ധതികൾ കൂടി തയ്യാറാക്കണം. എന്നാൽ, സർക്കാരും തദ്ദേശ സ്വയം ഭരണ സ്ഥാപനവും നല്കുന്ന ഗ്രാന്റുകളും പദ്ധതികളും അടിസ്ഥാനമാക്കി വേണം വികസന പദ്ധതി തയ്യാറാക്കേണ്ടത്. (വകുപ്പ് 22)

സ്കൂളുകളിൽ അദ്ധ്യാപക നിയമനത്തിന് യോഗ്യതകളും സേവന നിബന്ധനകളും ഉപാധികളും നിയമം വ്യവസ്ഥ ചെയ്യുന്നുണ്ട്. കേന്ദ്ര സർക്കാരിന്റെ അക്കാദമിക് സ്ഥാപനം പ്രതിപാദിച്ചിട്ടുള്ള ഏറ്റവും കുറഞ്ഞ യോഗ്യതയിൽ ഇളവു വരുത്താവുന്നതാണ്. കുറഞ്ഞ യോഗ്യത ഇല്ലാത്തവർ അഞ്ചു വർഷത്തിനുള്ളിൽ കുറഞ്ഞ യോഗ്യത ആർജ്ജി

ക്കേണ്ടതാണ്. അദ്ധ്യാപകരുടെ ശമ്പളം, ബത്ത, സേവന നിബന്ധനകളും ഉപാധികളും നിർണ്ണയിക്കപ്പെടേണ്ടതും അപ്രകാരമായി അദ്ധ്യാപകരുടെ കർത്തവ്യങ്ങൾ, പരാതി പരിഹരിക്കൽ എന്നിവ 24-ാം വകുപ്പിൽ വ്യവസ്ഥ ചെയ്യുന്നു. കർത്തവ്യ നിർവ്വഹണത്തിൽ വീഴ്ച വരുത്തുന്നവർക്കെതിരെ ശിക്ഷാ നടപടികൾ സ്വീകരിക്കുവാനും നടപടി സ്വീകരിക്കും മുമ്പ് പറയാനുള്ളതു കേൾക്കുവാൻ ന്യായമായ അവസരം നല്കേണ്ടതുണ്ടെന്നും വ്യവസ്ഥ ചെയ്യുന്നു.

സ്കൂളുകളിൽ അദ്ധ്യാപക-വിദ്യാർത്ഥി അനുപാതം നിയമം പ്രാബല്യത്തിൽ വന്ന് മൂന്നുവർഷത്തിനുള്ളിൽ പാലിക്കുന്നുണ്ടെന്ന് അധികൃതർ ഉറപ്പു വരുത്തേണ്ടതാണ്. അദ്ധ്യാപകരെ വിദ്യാഭ്യാസേതര ആവശ്യങ്ങൾക്ക് വിന്യസിക്കാവുന്നതാണ്. ജനസംഖ്യാ കണക്കെടുപ്പ്, അത്യാഹിത ദുരിതാശ്വാസ കർത്തവ്യങ്ങൾ, തദ്ദേശ ഭരണസ്ഥാനത്തേക്കോ, സംസ്ഥാന നിയമസഭാ- പാർലമെന്റ് തിരഞ്ഞെടുപ്പിൽ പ്രത്യേക കർത്തവ്യങ്ങൾ എന്നിവയ്ക്ക് വിന്യസിക്കാവുന്നതാണ്. അതുപോലെ അദ്ധ്യാപകർ സ്വകാര്യ അദ്ധ്യാപന പ്രവൃത്തിയിൽ ഏർപ്പെടാൻ പാടുള്ളതല്ല.

പാഠ്യപദ്ധതിയും പ്രാഥമിക വിദ്യാഭ്യാസത്തിന്റെ പൂർത്തീകരണവും വിലയിരുത്തലും അക്കാദമിക് അധികാരസ്ഥാനത്താണ് പ്രതിപാദിക്കപ്പെടേണ്ടത്. പ്രാഥമിക വിദ്യാഭ്യാസം പൂർത്തിയാകാതെ കുട്ടികളെ യാതൊരു ബോർഡ് പരീക്ഷയും പാസാകാൻ ആവശ്യപ്പെടരുത്. പ്രാഥമിക വിദ്യാഭ്യാസം പൂർത്തിയാക്കുന്ന ഓരോ കുട്ടിയ്ക്കും നിർണ്ണയിക്കപ്പെടാവുന്ന മാതൃകയിലും രീതിയിലും ഒരു സർട്ടിഫിക്കറ്റ് നല്കേണ്ടതാണ്.

കുട്ടികളുടെ അവകാശ സംരക്ഷണ നിരീക്ഷണത്തിനായും ബാലാവകാശങ്ങൾ സംരക്ഷിക്കുന്നതിനുവേണ്ടിയുള്ള കമ്മീഷനുകൾ ആക്റ്റി(2006)ലെ 3-ാം വകുപ്പു പ്രകാരം രൂപീകരിക്കപ്പെട്ട മുൻപറഞ്ഞ സംസ്ഥാന കമ്മിഷൻ, ആ ആക്റ്റ് പ്രകാരം അവയ്ക്ക് ഏല്പിക്കപ്പെട്ട ചുമതലകൾക്കു പുറമെ, ഈ ആക്റ്റിൻ കീഴിൽ വ്യവസ്ഥ ചെയ്ത അവകാശങ്ങൾക്കു വേണ്ടിയുള്ള സുരക്ഷാവ്യവസ്ഥകൾ പരിശോധിക്കൽ, പുനഃപരിശോധിക്കൽ, ഫലപ്രദമായ നടപ്പാക്കൽ നടപടിക്കു ശുപാർശ ചെയ്യൽ, കുട്ടികളുടെ വിദ്യാഭ്യാസത്തെക്കുറിച്ചുള്ള പരാതികളിന്മേൽ അന്വേഷണം നടത്തൽ, മേൽപ്പറഞ്ഞ കമ്മിഷൻ ആക്റ്റിലെ 15 ഉം 24ഉം വകുപ്പുകളിൽ വ്യവസ്ഥ ചെയ്തിട്ടുള്ള ഇപ്രകാരം ആവശ്യമായ നടപടികൾ സ്വീകരിക്കൽ എന്നിവയാണ്. കുട്ടികളുടെ വിദ്യാഭ്യാസത്തെ കുറിച്ചും അവകാശത്തെ കുറിച്ചും പരാതികൾ ഉള്ളപക്ഷം തദ്ദേശാധികാരസ്ഥാപനത്തിന് ലിഖിതമായ പരാതി നല്കാവുന്നതാണ്. മൂന്നുമാസങ്ങൾക്കുള്ളിൽ ബന്ധപ്പെട്ട കക്ഷികൾക്ക് കേൾക്കപ്പെടുവാൻ ന്യായമായ അവസരം നല്കിയശേഷം അക്കാര്യം തീരുമാനിക്കേണ്ടതാണ്. തീരുമാനത്തിൽ പരാതി ഉണ്ടെങ്കിൽ ബാലാവകാശ സംസ്ഥാന കമ്മീഷനിലോ, 31-ാം വകുപ്പിലെ 3-ാം ഉപവകുപ്പു പ്രകാരം നിർണ്ണയിക്കപ്പെട്ട അധികാരസ്ഥാപനത്തിലോ അപ്പീൽ ബോധിപ്പിക്കാവുന്നതാണ്. സംസ്ഥാന കമ്മീഷനോ അല്ലെങ്കിൽ അപ്പീൽ അധികാരിയോ അപ്പീൽ തീരുമാനിക്കേണ്ടതാണ്.

കേന്ദ്ര സർക്കാരിന് ആവശ്യമെന്ന് കരുതുന്നപക്ഷം ഒരു വിജ്ഞാപനം വഴി പ്രാഥമിക വിദ്യാഭ്യാസ മേഖലയിലും കുട്ടികളുടെ വികസനത്തിനും അറിവും പ്രായോഗിക പരിജ്ഞാനവുമുള്ള ആളുകൾക്കിടയിൽ നിന്നും 15–ൽ കവിയാത്ത അത്രയും എണ്ണം അംഗങ്ങളുള്ള ഒരു ദേശീയ സമിതി രൂപീകരിക്കേണ്ടതാണ്. സമിതിയുടെ ചുമതല, ഈ ആക്റ്റിലെ വ്യവസ്ഥകൾ ഫലപ്രദമായി നടപ്പാക്കാൻ കേന്ദ്ര സർക്കാരിനെ ഉപദേശിക്കുക എന്നതായിരിക്കും. ഇതേരീതിയിൽ സംസ്ഥാനങ്ങളിലും ഉപദേശകസമിതി രൂപീകരിക്കേണ്ടതാണ്. ചട്ടങ്ങൾ ഉണ്ടാക്കാനും വിഷമതകൾ ഏതെങ്കിലും ഉണ്ടെങ്കിൽ നീക്കം ചെയ്യാനുമുള്ള അധികാരം കേന്ദ്ര സംസ്ഥാന സർക്കാരുകൾക്ക് ഉണ്ടായിരിക്കുന്നതാണ്.

2012 ലെ ഭേദഗതി ആക്റ്റി (നമ്പർ 30)ലെ പ്രസക്തഭാഗങ്ങൾ

ഈ ആക്റ്റിൽ 1–ാം വകുപ്പിൽ രണ്ടുകൂട്ടിച്ചേർക്കലുകൾ വ്യവസ്ഥ ചെയ്യുന്നു, ഉപവകുപ്പ് (3)നുശേഷം,

"(4) ഭരണഘടനയുടെ അനുച്ഛേദം 29 ലും 30 ലും വ്യവസ്ഥ ചെയ്യപ്പെട്ടതിൻ പ്രകാരം ഈ ആക്റ്റിൽ കുട്ടികൾക്കുള്ള സൗജന്യനിർബ്ബന്ധിത വിദ്യാഭ്യാസ അവകാശം ദാനം ചെയ്ത് പ്രയോഗത്തിൽ വരുത്തേണ്ടതാണ്."

"(5) ഈ ആക്റ്റിൽ ഉൾപ്പെടുത്തിയിട്ടില്ലാത്ത മദ്രസ്സകൾ, പാഠശാലകൾ, വിദ്യാഭ്യാസ സ്ഥാപനങ്ങൾ മതപരമായ വിദ്യാഭ്യാസ സ്ഥാപനങ്ങളായതുകൊണ്ടാണ്."

(a) 2–ാം വകുപ്പിലെ ഖണ്ഡം (d)യിൽ "ഒരു അവശതയുള്ള കുട്ടി അല്ലെങ്കിൽ" എന്നു കൂടി കൂട്ടിച്ചേർക്കണം.

(b)ഖണ്ഡം (e)യ്ക്കു ശേഷം "അവശതയുള്ള കുട്ടി" എന്ന് ഉൾപ്പെടുന്നു. അവശതയുള്ള ആളുകൾ (തുല്യാവസരങ്ങൾ, അവകാശങ്ങളും പൂർണ്ണപങ്കാളിത്തവും സംരക്ഷണം) ആക്റ്റ്, 1995 അനുസരിച്ചാണ്.

ഒരു കുട്ടി അവശതയുള്ള കുട്ടി എന്ന് ഓട്ടിസം, സെറിബ്രൽ പാർസി, മാനസികരോഗഗതിവേഗം കുറയ്ക്കൽ, സങ്കീർണ്ണഅവശതകൾ, അനുഭവിക്കുന്ന ആളുകളുടെ ക്ഷേമത്തിനുള്ള ദേശീയ ട്രസ്റ്റ് ആക്റ്റ്, 1999ൽ 2–ാം വകുപ്പിൽ (j) ഉപവകുപ്പിൽ നിർവ്വചിച്ചിട്ടുള്ളതിൻ പ്രകാരമാണ്.

3–ാം വകുപ്പിലെ ഉപവകുപ്പ് (1)ൽ താഴെ പറയും ഉപവകുപ്പ് പകരം വയ്ക്കേണ്ടതാണ്.

(a) ഓരോ ആറുമുതൽ 14 വയസ്സുവരെയുള്ള കുട്ടികൾ വകുപ്പ് 2–ലെ ഖണ്ഡം (d) അല്ലെങ്കിൽ (e)യിൽ പറയുന്ന കുട്ടിയ്ക്ക് സൗജന്യവും നിർബ്ബന്ധിതവുമായ വിദ്യാഭ്യാസം അടുത്തുള്ള സ്കൂളിൽ ആ കുട്ടിയുടെ പ്രാഥമിക വിദ്യാഭ്യാസം പൂർത്തീകരിക്കും വരെ തുടരാവുന്നതാണ്. (b)(2) ഉപവകുപ്പിലെ നിബന്ധന ഒഴിവാക്കിയിട്ടുണ്ട്.

21–ാം വകുപ്പിലെ 2–ാം ഉപവകുപ്പിൽ താഴെപറയുന്ന വ്യവസ്ഥകൂടി ഉൾപ്പെടുത്തേണ്ടതാണ്.

(a) മതത്തിന്റേയോ ഭാഷയുടെയോ അടിസ്ഥാനത്തിൽ പിന്നോക്കക്കാരായവർ ഭരിക്കുന്നതോ സ്ഥാപിക്കപ്പെട്ടതോ ആയ സ്കൂൾ ആണെ

ങ്കിലും (b) വകുപ്പ് 2-ലെ ഉപവകുപ്പ് (ii) ഖണ്ഡം (n)ൽ നിർവ്വചിക്കുന്ന മറ്റ് എയ്ഡഡ് സ്കൂളുകൾ ആണെങ്കിലും,

ഉപദേശകരൂപേണയുള്ള പ്രവർത്തനത്തിൽ മാത്രം നിലകൊണ്ടാൽ മതിയാകുന്നതാണ്.

22-ാം വകുപ്പിലെ ഉപവകുപ്പ് (1) സ്കൂൾ മാനേജ്മെന്റ് കമ്മിറ്റി രൂപീകരിച്ചു. "എന്ന വാക്കുകൾ" സ്കൂൾ മാനേജ്മെന്റ് കമ്മിറ്റി, ഒരു പിന്നോക്കസമുദായത്താൽ സ്ഥാപിച്ച് ഭരണം നടത്തുന്ന സ്കൂൾ മാനേജ്മെന്റ് കമ്മിറ്റി ഒഴിച്ച് എന്നും, അത് ജാതിയോ ഭാഷയോ അടിസ്ഥാനമാക്കിയോ ആയാലും ഒരു എയ്ഡഡ് സ്കൂൾ എന്നത് വകുപ്പ് 2 ഖണ്ഡം (n) (ii) അനുസരിച്ച് രൂപീകരിക്കപ്പെട്ടതും എന്ന് പകരമാക്കേണ്ടതാണ്.

പട്ടിക

(19, 25 എന്നീ വകുപ്പുകൾ കാണുക)

ഒരുസ്കൂളിനു വേണ്ട മാനദണ്ഡങ്ങളും നിലവാരങ്ങളും

	ക്രമ നമ്പർ	ഇനം	മാനദണ്ഡങ്ങൾ/ നിലവാരങ്ങൾ
1.	ക്ലാസ്സുകളുടെ വിവരം	പ്രവേശിപ്പിച്ച കുട്ടികൾ	അദ്ധ്യാപകരുടെ എണ്ണം
	(a) ഒന്നാം ക്ലാസു മുതൽ അഞ്ചാംക്ലാസു വരെയുള്ളത്	അറുപതുവരെ 61നും 90നും ഇടയ്ക്ക് 91നും 120നും ഇടയ്ക്ക് 121നും 200നും ഇടയ്ക്ക് 150ൽ കൂടുതൽ കുട്ടികൾ 200ൽ കൂടുതൽ കുട്ടികൾ	രണ്ട് മൂന്ന് നാല് അഞ്ച് അഞ്ച്, അധികം ഒരു പ്രധാന അദ്ധ്യാപകൻ വിദ്യാർത്ഥി-അദ്ധ്യാപക അനുപാതം (പ്രധാന അദ്ധ്യാപകനൊഴികെ)നാല്പതിൽ കൂടാൻ പാടില്ല.
	(b) ആറാം ക്ലാസു മുതൽ എട്ടാം ക്ലാസു വരെയുള്ളതിന്	(i) ഓരോ ക്ലാസിനും കുറഞ്ഞത് ഒരു അദ്ധ്യാപകൻ (i) ശാസ്ത്രവും, ഗണിതവും (ii) സാമൂഹ്യശാസ്ത്രം (iii) ഭാഷകൾ എന്നിവയ്ക്ക് ഓരോന്നിനും കുറഞ്ഞത് ഒരദ്ധ്യാപപകൻ വരത്തക്കവിധം (2) ഓരോ മുപ്പത്തിയഞ്ച് കുട്ടികൾക്കും കുറഞ്ഞത് ഒരദ്ധ്യാപകൻ (3) കുട്ടികളുടെ പ്രവേശനം നൂറിൽ കൂടുതലായിരിക്കുന്നിടത്ത്- (i) ഒരു ഫുൾടൈം പ്രധാനാധ്യാപകൻ	

		(iii)(A) കലാശിക്ഷണം, (B) ആരോഗ്യ കായിക ശിക്ഷണം (C) തൊഴിൽ ശിക്ഷണം, എന്നിവയ്ക്കു വേണ്ടി പാർട്ട് ടൈം ഇൻസ്ട്രക്ടർ മാർ
2	കെട്ടിടം	i. ഒരദ്ധ്യാപകന് കുറഞ്ഞത് ഒരു ക്ലാസ് മുറിയും ഒരു ഓഫീസും സ്റ്റോറും കൂടിയാകാവുന്ന പ്രധാനാധ്യാപകന്റെ മുറിയും; (ii) തടസ്സരഹിതമായ പ്രവേശനം; (iii) ആൺകുട്ടികൾക്കും പെൺകുട്ടികൾക്കും പ്രത്യേകം ശൗചാലയം; (iv) എല്ലാ കുട്ടികൾക്കും സുരക്ഷിതവും പര്യാപ്തവുമായ കുടിവെള്ള സൗകര്യം; (v) സ്കൂളിൽ ഉച്ചഭക്ഷണം പാചകം ചെയ്യുന്ന ഒരു അടുക്കള; (vi) കളിസ്ഥലം; (vii) സ്കൂൾ കെട്ടിടം അതിർത്തി മതിലോ വേലിയോകൊണ്ട് സുരക്ഷിതമാക്കുന്നതിനുള്ള ക്രമീകരണങ്ങൾ എന്നിവ ഉൾപ്പെടുന്ന എല്ലാ കാലാവസ്ഥയ്ക്കും യോജിച്ച കെട്ടിടം.
3.	ഒരു അദ്ധ്യയന വർഷത്തെ പ്രവൃത്തിദിനങ്ങൾ/ബോധന മണിക്കൂറുകളുടെ ഏറ്റവും കുറഞ്ഞ എണ്ണം	(i) ഒന്നാം ക്ലാസു മുതൽ അഞ്ചാം ക്ലാസു വരെ 200 പ്രവൃത്തി ദിനങ്ങൾ (ii) ആറാം ക്ലാസു മുതൽ എട്ടാം ക്ലാസുവരെ 220 പ്രവൃത്തി ദിനങ്ങൾ (iii) ഒന്നാം ക്ലാസു മുതൽ അഞ്ചാം ക്ലാസു വരെ ഒരു അദ്ധ്യയനവർഷം 800 ബോധന ക്ലാസുകൾ (iv) ആറാം ക്ലാസുമുതൽ എട്ടാം ക്ലാസുവരെ ഒരു അദ്ധ്യയനവർഷം 1000 ബോധന മണിക്കൂറുകൾ
4.	അദ്ധ്യാപകന് ഒരാഴ്ചത്തെ ഏറ്റവും കുറഞ്ഞ പ്രവൃത്തി മണിക്കൂറുകൾ	തയ്യാറെടുപ്പ് ഉൾപ്പെടെ 45 അദ്ധ്യാപക മണിക്കൂറുകൾ
5.	അദ്ധ്യാപന-പഠന ഉപകരണം	ഓരോ ക്ലാസിനുംവേണ്ട ഉപകരണങ്ങൾ ലഭ്യമാക്കേണ്ടതാണ്.
6.	ഗ്രന്ഥശാല	ഓരോ സ്കൂളിലും വർത്തമാനപത്രം, മാഗസീനുകൾ, കഥാപുസ്തകങ്ങൾ ഉൾപ്പെടെ എല്ലാവിഷയങ്ങളിലുമുള്ള പുസ്തകങ്ങളും ലഭ്യമാക്കുന്ന ഒരു ഗ്രന്ഥശാല ഉണ്ടായിരിക്കേണ്ടതാണ്
7.	കളിക്കോപ്പ് ഗെയിംസിനും സ്പോർട്ട്സിനുമുള്ള ഉപകരണം	ഓരോ ക്ലാസിനും വേണ്ടത്ര ലഭ്യമാക്കേണ്ടതാണ്

2. ലൈംഗിക അതിക്രമങ്ങളിൽ നിന്നും കുട്ടികൾക്ക് സംരക്ഷണം

ലൈംഗിക ആക്രമണം, പീഡനം, അശ്ലീലത തുടങ്ങിയ കുറ്റകൃത്യങ്ങളിൽ നിന്നും കുട്ടികളെ സംരക്ഷിക്കുന്നതിനുള്ള ആക്റ്റ് 2012 ൽ പ്രാബല്യത്തിൽ എത്തി. ഈ കുറ്റകൃത്യങ്ങളുടെ വിചാരണയ്ക്കായി സ്പെഷ്യൽ കോടതികൾ സ്ഥാപിക്കുന്നതിനായും അതുമായി ബന്ധപ്പെട്ടതോ ആയ കാര്യങ്ങൾക്കും വേണ്ടിയുള്ള നിയമനിർമ്മാണം നടത്തിയത് ഭരണഘടനയുടെ അനുച്ഛേദം 15(3) അനുസരിച്ചണ്. കൂടാതെ, 1992 ഡിസംബർ 11 ലെ ഐക്യരാഷ്ട്രസഭ പാസാക്കിയ കുട്ടികളുടെ അവകാശ കൺവൻഷനിൽ ഒപ്പുവച്ച് അംഗീകരിച്ചതിന്മേൽ കുട്ടികളുടെ ഉത്തമ താല്പര്യം സംരക്ഷിക്കുന്നതിലേക്കായി നിർണ്ണയിക്കപ്പെട്ടിട്ടുള്ളതും എല്ലാ ഭരണകൂടങ്ങളും പാലിക്കേണ്ടതുമായ നടപടികൾ പ്രയോഗത്തിൽ വരുത്താനുമാണ് ഈ ആക്റ്റു കൊണ്ട് ഉദ്ദേശിക്കുന്നത്.

കുട്ടികളുടെ ശരിയായ മാനസിക-ശാരീരിക-ബൗദ്ധിക-സാമൂഹിക വികാസത്തിനായി അവന്റെ അല്ലെങ്കിൽ അവളുടെ സ്വകാര്യതയ്ക്കുള്ള അവകാശം സംരക്ഷിക്കുകയും കുട്ടികളുമായി ബന്ധപ്പെട്ട ഒരു നിയമ നടപടിയുടെ രഹസ്യാത്മകത കാത്തു സൂക്ഷിക്കുകയും ബഹുമാനിക്കുകയും ചെയ്യേണ്ടത് ഓരോ വ്യക്തിയുടെയും അത്യന്താപേക്ഷിതമായ കടമയാണ്.

കുട്ടിയുടെ ഉത്തമതാല്പര്യത്തിനും നന്മയ്ക്കും പരമപ്രാധാന്യം നല്കിക്കൊണ്ട് കുട്ടിയുടെ ആരോഗ്യപരമായ ശാരീരിക, മാനസിക, ബൗദ്ധിക സാമൂഹിക വികാസത്തെ ഉറപ്പുവരുത്തേണ്ടതുകൊണ്ട് ഈ ആക്റ്റ് നിർമ്മിച്ചിരിക്കുന്നു.

കുട്ടികളുടെ അവകാശ കൺവെൻഷനിൽ ഒപ്പുവെച്ചിട്ടുള്ള കക്ഷി രാഷ്ട്രങ്ങൾ ദേശീയ അന്തർദ്ദേശീയ ബഹുരാഷ്ട്രീയ തലത്തിൽ താഴെപ്പറയുന്ന കുട്ടികൾക്കെതിരെയുള്ള ലൈംഗിക ആക്രമണ-പീഡനങ്ങളിൽ നിന്നും സംരക്ഷിക്കുന്നതിനും ഫലപ്രദമായി നേരിടുന്നതിനും

-നിയമവിരുദ്ധ ലൈംഗിക കൃത്യങ്ങളിൽ ഏർപ്പെടാൻ പ്രേരിപ്പിക്കുകയോ നിർബ്ബന്ധിക്കുകയോ ചെയ്യുക.

-വേശ്യാവൃത്തിക്കോ മറ്റ് നിയമവിരുദ്ധ ലൈംഗിക പ്രവർത്തനങ്ങൾക്കോ കുട്ടികളെ ചൂഷണത്തിനു വിധേയമാക്കുകയും ചെയ്യുക,

-അശ്ലീല വസ്തുക്കൾ നിർമ്മിക്കുന്നതിനും അത് അനുകരിക്കുന്നതിനും കുട്ടികളെ ചൂഷണം ചെയ്യുക, എന്നീ കുറ്റകൃത്യങ്ങളെ നേരിടുന്നതിനായി ഈ ആക്റ്റ് നിർമ്മിച്ചിരിക്കുന്നു.

ഈ ആക്റ്റിലെ ചില പദങ്ങളുടെ നിർവ്വചനങ്ങൾ അറിയിക്കേണ്ടതുണ്ട്.

(a) ഗൗരവതരമായ കടന്നുകയറ്റത്തിലൂടെയുള്ള ആക്രമണം ഏതെങ്കിലും പോലീസ് ഓഫീസർ അയാൾ ജോലിചെയ്യുന്ന പോലീസ് സ്റ്റേഷൻ പരിസരത്ത് വച്ചോ അല്ലെങ്കിൽ മറ്റേതെങ്കിലും പോലീസ് സ്റ്റേഷൻ പരിസരത്ത് വച്ചോ, ഔദ്യോഗികകൃത്യനിർവ്വഹണത്തിനി

ടയിലോ, അല്ലാതെയോ അല്ലെങ്കിൽ, അയാളെ പോലീസ് ഓഫീസർ ആണെന്ന് തിരിച്ചറിയുന്ന സ്ഥലത്തു വച്ചോ, ഒരു കുട്ടിയെ ലൈംഗിക കടന്നുകയറ്റത്തിലൂടെ ആക്രമണം നടത്തുകയോ ചെയ്യുമെങ്കിൽ,

(b) ഏതെങ്കിലും സൈന്യത്തിലെയോ സംരക്ഷണ സേനയിലെയോ അംഗം ഒരു കുട്ടിയെ ലൈംഗിക കടന്നു കയറ്റത്തിലൂടെ അയാളെ വിന്യസിച്ചിട്ടുള്ള ഒരു സ്ഥല പരിധിയിൽ വച്ചോ, സൈന്യ–സായുധസേനയുടെ അധികാരപരിധിയിലോ ഔദ്യോഗിക കൃത്യനിർവ്വഹണത്തിനിടയിലോ അല്ലാതെയോ അയാളെ സായുധസേനാംഗം/ സംരക്ഷണ സേനാംഗം എന്ന നിലയിൽ തിരിച്ചറിയുന്ന സ്ഥലത്ത് വച്ചോ, നടത്തിയാൽ

(c) ഒരു പൊതുസേവകൻ കുട്ടിയെ ലൈംഗിക കടന്നുകയറ്റ ആക്രമണം നടത്തിയാൽ

(d) ജയിൽ/റിമാണ്ട് ഹോം/പ്രൊട്ടക്ഷൻ ഹോം/ ഒബ്സർവേഷൻ ഹോം/ കസ്റ്റഡി സംരക്ഷണ—പരിചരണത്തിനായുള്ള സ്ഥാപനം എന്നിവയിലേതിലെങ്കിലും ഭരണ നിർവ്വഹണം നടത്തുന്ന ഉദ്യോഗസ്ഥൻ/ ജീവനക്കാരൻ അതത് സ്ഥാപനത്തിൽ താമസിക്കുന്ന കുട്ടിയെ ലൈംഗിക കടന്നുകയറ്റ ആക്രമണത്തിനു വിധേയമാക്കുകയാണെങ്കിൽ,

(e) സർക്കാർ/സ്വകാര്യ ആശുപത്രിയിലെ ഭരണാധികാരിയോ ജീവനക്കാരനോ ആശുപത്രിയിൽ വച്ചും ലൈംഗികമായി ആക്രമിക്കുകയാണെങ്കിൽ.

(f) വിദ്യാഭ്യാസ സ്ഥാപനം/മതസ്ഥാപനത്തിന്റെ ഭരണാധികാരിയോ ജീവനക്കാരനോ അവിടെ വച്ചും, ലൈംഗിക ആക്രമണത്തിനു വിധേയമാക്കുമെങ്കിൽ

(g) മാരകായുധങ്ങൾ, തീ, ചൂടുള്ള വസ്തുക്കൾ, മറ്റ് ദ്രവ്യപദാർത്ഥങ്ങൾ എന്നിവ ഉപയോഗിച്ച് ഒരാൾ ആക്രമണത്തിനു വിധേയമാക്കുകയാണെങ്കിൽ

(h) ഒരു കൂട്ടം ആൾക്കാർ ചേർന്ന് ലൈംഗികമായി ആക്രമിക്കുമെങ്കിൽ, (സംഘത്തിലെ ഒരാൾ മാത്രം ചെയ്യുന്നതാണെങ്കിൽ കൂടിയും സംഘത്തിൽപ്പെട്ടവരെല്ലാം ഉത്തരവാദികളാകും)

(i) ലൈംഗികാക്രമണവിധേയയായ പെൺകുട്ടിക്ക് ഗുരുതരമുറിവോ ശാരീരികബുദ്ധിമുട്ടുകളോ ക്ഷതങ്ങളോ ജനനേന്ദ്രിയത്തിനു മുറിവോ ഉണ്ടാക്കുമെങ്കിൽ,

(j) ലൈംഗികാക്രമണവിധേയയാക്കിയ പെൺകുട്ടിക്ക് ശാരീരികവൈകല്യം ഉണ്ടാക്കുകയോ 1987 ലെ മാനസികാരോഗ്യ ആക്റ്റ് വകുപ്പ് 2(6) പ്രകാരമുള്ള മാനസികരോഗം പിടിപെട്ടാലോ, ശാശ്വതമായി/ താൽക്കാലികമായി പ്രവൃത്തിയിലേർപ്പെടാൻ കഴിയാത്ത വൈകല്യങ്ങളുണ്ടാക്കുകയോ ചെയ്താൽ,

ആ കുട്ടി ഗർഭിണിയാവുകയാണെങ്കിൽ, കുട്ടിയ്ക്ക് എച്ച് ഐ വി ബാധ ഉണ്ടാക്കുകയോ ജീവന് ഭീഷണിയുള്ള അസുഖമോ അണുബാധയോ ശാശ്വതമായോ/താൽക്കാലികമായോ പ്രവൃത്തികളിലേർപ്പെടാനാവാതെ വരികയോ ശാരീരിക വൈകല്യമുണ്ടാക്കുകയോ, മാനസികരോഗമുണ്ടാക്കുകയോ ചെയ്യുമെങ്കിൽ

(k) മാനസിക/ശാരീരിക വൈകല്യങ്ങളെ മുതലെടുത്ത് കുട്ടിയെ ലൈംഗിക കടന്നുകയറ്റത്തിലൂടെ ആക്രമണത്തിന് വിധേയമാക്കുമെങ്കിൽ,

(l) ഒന്നിൽക്കൂടുതൽ തവണയോ, തുടർച്ചയായോ ലൈംഗിക ആക്രമണം നടത്തുമെങ്കിൽ,

(m) 12 വയസിനു താഴെയുള്ള കുട്ടിയെ ലൈംഗിക കടന്നുകയറ്റ ആക്രമണം നടത്തുമെങ്കിൽ,

(n) കുട്ടിയുമായി രക്തബന്ധം, ദത്തെടുക്കൽ, വിവാഹം, ഫോസ്റ്റർ കെയർ എന്നിവയാലോ അല്ലെങ്കിൽ രക്ഷകർത്താവുമായി ഗാർഹികബന്ധമുള്ളതോ അല്ലെങ്കിൽ കുട്ടിയ്ക്കൊപ്പം ഒരുമിച്ചു താമസിക്കുമ്പോഴോ ലൈംഗിക ആക്രമണം നടത്തുമെങ്കിൽ,

(o) സ്ഥാപന സഹായം നല്കുന്ന അധികാരി/ഉടമ/ഉദ്യോഗസ്ഥർ/ജീവനക്കാരൻ എന്നിവർ ലൈംഗിക ആക്രമണം നടത്തുമെങ്കിൽ,

(p) കുട്ടിയുടെ വിശ്വസ്തരും കുട്ടിയിന്മേൽ അധികാരമുള്ളവരുമായ ഒരാൾ ഒരു സ്ഥാപനത്തിൽ വച്ചോ/കുട്ടിയുടെ വീട്ടിൽവച്ചോ ആക്രമണം നടത്തുമെങ്കിൽ,

(q) കുട്ടി ഗർഭിണിയാണെന്നറിഞ്ഞുകൊണ്ട് ലൈംഗിക ആക്രമണം നടത്തുമെങ്കിൽ,

(r) ലൈംഗിക ആക്രമണവിധേയയാക്കിയശേഷം കൊലപ്പെടുത്തുമെങ്കിൽ,

(s) വർഗ്ഗീയ/പ്രാദേശിക ലഹളയുടെ ഭാഗമായി ലൈംഗിക ആക്രമണം നടത്തുമെങ്കിൽ

(t) ലൈംഗിക ആക്രമണം നടത്തിയ ആൾ മുമ്പ് ഈ നിയമപ്രകാരമോ മറ്റു നിയമമനുസരിച്ചോ നേരത്തേ ശിക്ഷിക്കപ്പെട്ടിട്ടുണ്ടെങ്കിൽ

(u) ലൈംഗിക ആക്രമണം നടത്തിയശേഷം ഒരാൾ പൊതുസ്ഥലത്ത് വച്ച് വിവസ്ത്രയാക്കുകയോ അല്ലെങ്കിൽ നഗ്നയാക്കി നടത്തിക്കുകയോ ചെയ്യുമെങ്കിൽ

ഇവയെ എല്ലാം ഗൗരവതരമായ ലൈംഗിക കടന്നുകയറ്റത്തിലൂടെയുള്ള ആക്രമണം എന്നുപറയാം.

A. ലൈംഗിക കടന്നുകയറ്റത്തിലൂടെയുള്ള ആക്രമണവും ശിക്ഷയും

ഒരാൾ, ഒരു കുട്ടിയുടെ യോനിയിലേക്കോ വായിലേക്കോ മൂത്രനാളിയിലേക്കോ, മലദ്വാരത്തിലേക്കോ തന്റെ ലിംഗം തള്ളിക്കയറ്റുകയോ (അത് ഏതു പരിധി വരെ ആയാലും) അല്ലെങ്കിൽ അപ്രകാരം കുട്ടിയെ

ക്കൊണ്ട് അയാളിലേക്കോ അല്ലെങ്കിൽ മറ്റൊരാളിലേക്കോ ചെയ്യിപ്പിക്കുകയോ, ചെയ്യുകയോ,

അല്ലെങ്കിൽ

അയാൾ ഏതെങ്കിലും സാധനമോ മറ്റ് ശരീരഭാഗങ്ങളോ തള്ളിക്കയറ്റുകയോ അല്ലെങ്കിൽ അപ്രകാരം ഒരു കുട്ടിയെക്കൊണ്ട് അയാളിലേക്കോ അല്ലെങ്കിൽ മറ്റൊരാളിലേക്കോ ചെയ്യിപ്പിക്കുകയോ ചെയ്യുകയോ അല്ലെങ്കിൽ ലൈംഗിക കടന്നുകയറ്റത്തോടെ ആക്രമണം നടത്തുമെങ്കിൽ (വകുപ്പ് 3)

ശിക്ഷ: 7 വർഷത്തിൽ കുറയാത്തതും ജീവപര്യന്തം വരെ ആകാവുന്നതുമായ കാലത്തേക്ക് രണ്ടിലേതെങ്കിലും തരത്തിലെ തടവുശിക്ഷ, കൂടാതെ പിഴ ശിക്ഷയ്ക്കും അർഹനാക്കുന്നതാണ്.

(രണ്ടുതരം തടവുശിക്ഷ എന്നാൽ, 1. വെറും തടവോ, 2 കഠിനതടവോ എന്നർത്ഥമാകുന്നു)

B. ഗൗരവതരമായ ലൈംഗിക കടന്നുകയറ്റത്തിലൂടെയുള്ള ആക്രമണവും ശിക്ഷയും:

പോലീസ് സൈനിക ഉദ്യോഗസ്ഥരോ, സർക്കാർ ഉദ്യോഗസ്ഥനോ, ജയിൽ ഉദ്യോഗസ്ഥനോ, സർക്കാർ-സ്വകാര്യ ആശുപത്രി ഉദ്യോഗസ്ഥൻ/ ജീവനക്കാരൻ/ഒരു കൂട്ടം ആളുകൾ/ഭീഷണിയാലും/ഒരാൾ മുറിവേല്പിച്ചാൽ/കുട്ടിയ്ക്ക് ശാരീരിക വൈകല്യം/മാനസികരോഗം ഉണ്ടാക്കുകയോ/എച്ച് ഐ വി ബാധ ഉണ്ടാക്കുകയോ/ ശാരീരികമാനസിക അനാരോഗ്യം മുതലെടുത്ത് ആക്രമിക്കുകയോ/ഒന്നിച്ചു താമസിച്ചപ്പോൾ ആക്രമണം നടത്തുകയോ/ സഹായം നല്കിയോ/വിശ്വാസം അർപ്പിച്ച കുട്ടിയെ/ ഗർഭിണിയെ/കൊലപാതകം ചെയ്യാൻ ശ്രമിച്ചാലോ/ലഹളയുടെ ഭാഗമായി/പൊതുസ്ഥലത്ത് വിവസ്ത്രയാക്കുകയോ ചെയ്യുമെങ്കിൽ ഗൗരവതരമായ ലൈംഗിക കടന്നുകയറ്റത്തിലൂടെയുള്ള ആക്രമണമാണ്.

ശിക്ഷ: മേൽപ്പറയപ്പെട്ട കുറ്റങ്ങൾ എല്ലാംതന്നെ ഗൗരവതരമായ ലൈംഗിക കടന്നുകയറ്റത്തിലൂടെയുള്ള ആക്രമണം (aggravated penetrative assault) ആണെന്നും ഈ ആക്റ്റിൽ ഇതിനുള്ള ശിക്ഷ പത്തു വർഷത്തിൽ കുറയാത്ത ജീവപര്യന്തം വരെ ആകാവുന്ന കാലത്തേയ്ക്ക് കഠിനതടവിനും കൂടാതെ പിഴയ്ക്കും ശിക്ഷാർഹനാകുന്നതാണ്.

C. ലൈംഗിക ആക്രമണവും ശിക്ഷയും:

ലൈംഗിക അക്രമണത്തെ ഈ ആക്റ്റിൽ നിർവ്വചിച്ചിട്ടുള്ളത് ഇങ്ങനെയാണ്. ആരാണോ ലൈംഗിക ഉദ്ദേശ്യത്തോടുകൂടി ഒരു കുട്ടിയുടെ യോനിയിലോ, ലിംഗത്തിലോ, മലദ്വാരത്തിലോ അല്ലെങ്കിൽ മാറിലോ അല്ലെങ്കിൽ കുട്ടിയെക്കൊണ്ട് അയാളുടെയോ, അല്ലെങ്കിൽ മറ്റാരുടെയെങ്കിലുമോ യോനിയിലോ, ലിംഗത്തിലോ, മലദ്വാരത്തിലോ, മാറിലോ

സ്പർശിക്കുകയോ അല്ലെങ്കിൽ ലൈംഗിക ഉദ്ദേശ്യത്തോടുകൂടി ലൈംഗിക കടന്നുകയറ്റമല്ലാത്ത മറ്റ് ശാരീരിക സമ്പർക്കങ്ങൾ നടത്തുന്നുവെങ്കിൽ അതിനെ ലൈംഗിക ആക്രമണം എന്നു പറയുന്നു (വകുപ്പ് 7)

ശിക്ഷ: 3 വർഷത്തിൽ കുറയാത്തതും അഞ്ചുവർഷം വരെ ആകാവുന്ന രണ്ടിലേതെങ്കിലും തരത്തിൽപ്പെട്ട തടവുശിക്ഷയ്ക്കും കൂടാതെ പിഴശിക്ഷയ്ക്കും കൂടി അർഹനായിത്തീരാവുന്നതാണ് (വകുപ്പ് 8).

D. ഗൗരവതരമായ ലൈംഗിക ആക്രമണം

മേൽ 'A'യിൽ പറയപ്പെട്ടവരോ/ സാന്ദർഭികമായി മറ്റുള്ളവരോ, ഗൗരവതരമായ ലൈംഗിക ആക്രമണം നടത്തുമെങ്കിൽ,

ശിക്ഷ: അഞ്ചുവർഷത്തിൽ കുറയാത്തതും, ഏഴുവർഷം വരെ ആകാവുന്നതുമായ രണ്ടിലേതെങ്കിലും തരത്തിൽപ്പെട്ട തടവുശിക്ഷയ്ക്കും കൂടാതെ പിഴ ശിക്ഷയ്ക്കും അർഹനാകും.

E. ലൈംഗിക പീഡനം:

ലൈംഗിക ഉദ്ദേശ്യത്തോടുകൂടി എന്തെങ്കിലും പറയുകയോ, ശബ്ദം പുറപ്പെടുവിക്കുകയോ, അല്ലെങ്കിൽ കുട്ടി കാണാൻ കഴിയുംതരത്തിൽ ആംഗ്യം കാണിക്കുകയോ, സാധനമോ ശരീര ഭാഗമോ കാണിക്കുകയോ, അല്ലെങ്കിൽ അയാൾക്കോ, മറ്റുള്ളവർക്കോ, കാണാൻ വേണ്ടി ഒരു കുട്ടിയെക്കൊണ്ട് തന്റെ ശരീരമോ തന്റെ ശരീരത്തിൽ ഏതെങ്കിലും ഭാഗമോ പ്രദർശിപ്പിച്ചാൽ, അല്ലെങ്കിൽ ഏതെങ്കിലും സാധനം അശ്ലീലതയ്ക്കുവേണ്ടി ഏതെങ്കിലും രൂപത്തിലോ, ഭാവത്തിലോ ഒരു കുട്ടിയെ കാണിച്ചാൽ, അല്ലെങ്കിൽ ഇലക്ട്രോണിക് മാർഗ്ഗം വഴി തുടർച്ചയായോ സ്ഥിരമായോ കുട്ടിയെ പിൻതുടരുകയോ ബന്ധപ്പെടുകയോ ചെയ്താൽ, അല്ലെങ്കിൽ ഏതെങ്കിലും രൂപത്തിലുള്ള മീഡിയ വഴി ഇലക്ട്രോണിക് മാർഗ്ഗത്തിലൂടെയോ, ഫിലിമിലൂടെയോ ഡിജിറ്റലായോ അല്ലെങ്കിൽ മറ്റേതെങ്കിലും മാർഗങ്ങളിലൂടെയോ, ഒരു കുട്ടിയുടെ യാഥാർത്ഥ്യമായതോ കെട്ടിച്ചമച്ചതോ ആയ ലൈംഗിക പ്രവൃത്തികൾ, അല്ലെങ്കിൽ കുട്ടിയുടെ ഏതെങ്കിലും ശരീര ഭാഗങ്ങൾ, അല്ലെങ്കിൽ ലൈംഗിക പ്രവൃത്തിയിലെ കുട്ടിയുടെ പങ്കാളിത്തം ഉപയോഗിക്കുമെന്ന് ഭീഷണിപ്പെടുത്തുകയോ/അശ്ലീലകാര്യത്തിനായി വശീകരിക്കുകയോ അതിനായി പാരിതോഷികം നല്കുകയോ ചെയ്യുമെങ്കിൽ, അത് ലൈംഗിക പീഡനമാകുന്നു.

ശിക്ഷ: മൂന്നുവർഷം വരെ ആകാവുന്ന രണ്ടിലേതെങ്കിലും തരത്തിൽ പെട്ട തടവുശിക്ഷയ്ക്കും കൂടാതെ പിഴ ശിക്ഷയ്ക്കും അർഹനാക്കുന്നതാണ്.

F. അശ്ലീല കാര്യങ്ങൾക്കു കുട്ടിയെ ഉപയോഗിക്കൽ:

ഏതെങ്കിലും ദൃശ്യമാധ്യമത്തിലൂടെ പരിപാടികൾ/ പരസ്യങ്ങൾ/

ടെലിവിഷൻ ചാനലുകളിലൂടെ സംപ്രേക്ഷണം ചെയ്യുന്നതോ/ അല്ലെങ്കിൽ ഇലക്ട്രോണിക്/അച്ചടിമാധ്യമത്തിലൂടെയോ അങ്ങനെയുള്ള പരിപാടികളോ അല്ലെങ്കിൽ പരസ്യമോ സ്വന്തം ആവശ്യത്തിനോ വിതരണത്തിനോ ആയാലും അല്ലെങ്കിലും ലൈംഗിക സംതൃപ്തിക്കായി താഴെ പറയുന്ന കാര്യങ്ങൾക്ക് ഉൾപ്പെടെ ഉപയോഗിച്ചാൽ,

a) ഒരു കുട്ടിയുടെ ലൈംഗിക അവയവത്തിന്റെ പ്രദർശനം

b) യഥാർത്ഥത്തിലുള്ളതോ, കൃത്രിമമായോ (ലൈംഗിക കടന്നുകയറ്റം ഉള്ളതോ ഇല്ലാതെയോ) ലൈംഗിക കൃത്യങ്ങളിലേർപ്പെടാൻ ഒരു കുട്ടിയെ ഉപയോഗിക്കുകയോ,

c) ആഭാസകരമായ രീതിയിൽ അല്ലെങ്കിൽ അശ്ലീലമായി കുട്ടിയെ പ്രദർശിപ്പിക്കുകയോ, ചെയ്യുമെങ്കിൽ കുട്ടിയെ അശ്ലീല കാര്യത്തിന് ഉപയോഗിക്കുന്നു എന്ന കുറ്റം ചെയ്തിട്ടുള്ള കുറ്റകാരനാകുന്നതാണ്. ഒന്നുകൂടി വിശദമാക്കുമെങ്കിൽ, ഒരു കുട്ടിയെ ഉപയോഗിക്കുക എന്നതുകൊണ്ട് അർത്ഥമാക്കുന്നത്, ഏതെങ്കിലും മാധ്യമത്തിലൂടെ അതായത് അച്ചടി, ഇലക്ട്രോണിക്, കമ്പ്യൂട്ടർ അല്ലെങ്കിൽ മറ്റേതെങ്കിലും സാങ്കേതിക വിദ്യ ഉപയോഗിച്ച് അശ്ലീല സാമഗ്രികൾ തയ്യാറാക്കുകയോ നിർമ്മിക്കുകയോ നല്കുകയോ അയക്കുകയോ പ്രസിദ്ധീകരിക്കുകയോ സാദ്ധ്യമാക്കുകയോ വിതരണം ചെയ്യുകയോ ചെയ്യുന്നതിന് ഒരു കുട്ടിയെ ഉൾപ്പെടുത്തുന്നതടക്കമുള്ള കാര്യങ്ങൾ ഉൾക്കൊള്ളുന്നു.

ശിക്ഷ:

(1) അഞ്ചുവർഷം വരെ ആകാവുന്ന രണ്ടിലേതെങ്കിലും തരത്തിൽപ്പെട്ട തടവുശിക്ഷയ്ക്കും കൂടാതെ പിഴ ശിക്ഷയ്ക്കും അർഹനാകും. എന്നാൽ, രണ്ടാമത്തേതോ തുടർന്നുള്ളതോ ആയ കുറ്റമാണെങ്കിൽ ഏഴുവർഷം വരെയാകാവുന്ന രണ്ടിലേതെങ്കിലും തരത്തിൽപ്പെട്ട തടവുശിക്ഷയ്ക്കും, കൂടാതെ പിഴശിക്ഷയ്ക്കും അർഹനാകും.

(2) കുട്ടിയെ അശ്ലീല കാര്യങ്ങൾക്കുവേണ്ടി ഉപയോഗിക്കുന്നയാൾ അശ്ലീല കൃത്യത്തിൽ നേരിട്ട് പങ്കാളിയായി ലൈംഗിക കടന്നുകയറ്റത്തിലൂടെയുള്ള ആക്രമണം നടത്തിയിട്ടുണ്ടെങ്കിൽ പത്തുവർഷത്തിൽ കുറയാത്തതും ജീവപര്യന്തം വരെ ആകാവുന്ന രണ്ടിലേതെങ്കിലും തരത്തിൽപ്പെട്ട തടവുശിക്ഷയ്ക്കു കൂടാതെ പിഴ ശിക്ഷയ്ക്കും അർഹനാകുന്നതാണ്.

(3) കുട്ടിയെ അശ്ലീല കാര്യങ്ങൾക്കു വേണ്ടി ഉപയോഗിക്കുന്നയാൾ അശ്ലീലകൃത്യത്തിൽ നേരിട്ട് പങ്കാളിയായി ഗൗരവതരമായ ലൈംഗിക കടന്നുകയറ്റത്തിലൂടെയുള്ള ആക്രമണം ചെയ്തിട്ടുണ്ടെങ്കിൽ അയാൾ, ജീവപര്യന്തം വരെ കഠിന തടവിനും പിഴയ്ക്കും ശിക്ഷാർഹനാണ്.

(4) കുട്ടിയെ അശ്ലീല കാര്യങ്ങൾക്കായി ഉപയോഗിച്ച ആൾ കൃത്യത്തിൽ

നേരിട്ട് പങ്കാളിയായി ലൈംഗിക ആക്രമണം നടത്തിയിട്ടുണ്ടെങ്കിൽ ആറു വർഷത്തിൽ കുറയാത്തതും എട്ടുവർഷം വരെ ആകാവുന്നതുമായ രണ്ടിലേതെങ്കിലും തരത്തിൽപ്പെട്ട തടവുശിക്ഷയ്ക്കും കൂടാതെ പിഴശിക്ഷയ്ക്കും അർഹനാകുന്നതാണ്.

(5) കുട്ടിയെ അശ്ലീലകാര്യങ്ങൾക്കുവേണ്ടി ഉപയോഗിക്കുന്നയാൾ അശ്ലീല കൃത്യത്തിൽ നേരിട്ട് പങ്കാളിയായി ഗൗരവതരമായി ലൈംഗിക ആക്രമണം നടത്തിയിട്ടുണ്ടെങ്കിൽ എട്ടുവർഷത്തിൽ കുറയാത്തതും പത്തുവർഷം വരെ ആകാവുന്ന രണ്ടിലേതെങ്കിലും തരത്തിലുള്ള തടവു ശിക്ഷയ്ക്കും കുടാതെ പിഴ ശിക്ഷയ്ക്കുകൂടിയും അർഹനാകുന്നതാണ്.

– വാണിജ്യ ആവശ്യത്തിനായി ഒരു കുട്ടി ഉൾപ്പെടുന്ന അശ്ലീല സാമഗ്രികൾ ശേഖരിച്ചുവയ്ക്കുന്ന ആൾക്ക് മൂന്നു വർഷംവരെയാകാവുന്ന രണ്ടിലേതെങ്കിലും തരത്തിൽപ്പെട്ട തടവുശിക്ഷയ്ക്കും കൂടാതെ പിഴശിക്ഷയ്ക്കും അർഹനാകുന്നത്.

G. കുറ്റകൃത്യം ചെയ്യാൻ പ്രേരിപ്പിക്കൽ:

കുറ്റകൃത്യം ചെയ്യാൻ ഒരാൾ പ്രേരിപ്പിക്കുമെങ്കിൽ – ആരാണോ ഒരു കുറ്റകൃത്യം ചെയ്യുന്നതിന് ഒരാളെ ഉത്സാഹിപ്പിക്കുന്നത്/ അല്ലെങ്കിൽ ഒന്നോ അതിലധികമോ ആൾക്കാരുടെകൂടെ ഗൂഢാലോചനയിൽ ഏർപ്പെടുകയും ആ ഗൂഢാലോചനയെ തുടർന്ന് ഏതെങ്കിലും കൃത്യമോ നിയമവിരുദ്ധമായ കൃത്യവിലോപമോ സംഭവിക്കുകയും/ഒരുകാര്യം ചെയ്യുന്നതിലൂടെ അല്ലെങ്കിൽ നിയമവിരുദ്ധമായ കൃത്യവിലോപത്തിലൂടെ മനപൂർവം സഹായിക്കുകയോ ചെയ്യുന്നതാണ് പ്രേരിപ്പിക്കൽ.

പ്രേരണയ്ക്കുള്ള ശിക്ഷ: പ്രേരണ മൂലം കുറ്റകൃത്യം സംഭവിക്കുന്നുവെങ്കിൽ അയാൾ ആ കുറ്റത്തിന് വ്യവസ്ഥ ചെയ്തിട്ടുള്ള ശിക്ഷ നല്കി ശിക്ഷിക്കപ്പെടുന്നതാകുന്നു. (പ്രേരണയ്ക്കുശേഷമാണ് കുറ്റം നടന്നതെങ്കിൽ അല്ലെങ്കിൽ ഗൂഢാലോചനയുടെ ഭാഗമായോ/സഹായം കൊണ്ടോ നടത്തിയതോ ആകണം)

കുറ്റകൃത്യം നടത്താൻ ശ്രമിച്ചാലുള്ള ശിക്ഷ: ഏതൊരാൾ ഈ ആക്റ്റ് പ്രകാരം കുറ്റകൃത്യം ചെയ്യാനോ ചെയ്യിപ്പിക്കാനോ ശ്രമിക്കുകയും അങ്ങനെയുള്ള ശ്രമത്തിൽ കുറ്റകൃത്യം നടത്തുന്നതിലേക്കുള്ള ഏതെങ്കിലും കൃത്യം ചെയ്താൽ അയാൾ ജീവപര്യന്തത്തടവിന്റെ പകുതിയോളമാകാവുന്ന കാലത്തേയ്ക്കോ അല്ലെങ്കിൽ ആ കുറ്റത്തിന് വ്യവസ്ഥ ചെയ്തിട്ടുള്ള പരമാവധി തടവിന്റെ പകുതിയോളമാകാവുന്ന കാലത്തേയ്ക്കോ ഉള്ള തടവിനോ പിഴയ്ക്കോ ഇവ രണ്ടിനും കൂടിയോ ശിക്ഷാർഹനാകുന്നതാണ്.

പ്രധാനകാര്യം, കുട്ടികളെ ചൂഷണം ചെയ്തോ ഭീഷണിപ്പെടുത്തിയോ പ്രലോഭിപ്പിച്ചോ ലൈംഗികമായി ആക്രമണം നടത്തിയാൽ കുറ്റകൃത്യമാകും. ഏതുരീതിയിലുള്ള ലൈംഗിക ആക്രമണമായാലും ഈ

വ്യവസ്ഥയിൽ കുട്ടികൾക്ക് പരമാവധി സംരക്ഷണം നല്കാനാണ് ഈ നിയമത്തിൽ ശ്രമിച്ചിട്ടുള്ളത്.

കുട്ടികളെ ലൈംഗികമായി ആക്രമിക്കുന്ന കുറ്റകൃത്യങ്ങൾ നടക്കാൻ സാധ്യതയുണ്ടെന്നോ നടന്നുവെന്നോ റിപ്പോർട്ടു ചെയ്യുന്നതിനുള്ള നടപടിക്രമങ്ങളിൽ എല്ലാം തന്നെ കുട്ടികളുടെ അവകാശങ്ങൾ ഉയർത്തിപ്പിടിക്കുന്നതാണ്.

ഇത്തരം കാര്യത്തിൽ റിപ്പോർട്ട് ചെയ്യേണ്ടത്

സ്പെഷ്യൽ ജുവനൈൽ പോലീസ് യൂണിറ്റിന്/ ലോക്കൽ പോലീസിന്, ആണ്. അതു രേഖാമൂലമാക്കുകയും നമ്പർ നല്കി, വിവരം നല്കിയ ആളിനെ വായിച്ചു കേൾപ്പിക്കുകയും വേണം. പൊലീസ് യൂണിറ്റ് വച്ചിട്ടുള്ള ബുക്കിൽ രേഖപ്പെടുത്തുകയും വേണം.

ഒരു കുട്ടിയാണ് റിപ്പോർട്ടു നല്കിയതെങ്കിൽ അത് കുട്ടിയ്ക്കു മനസിലാകുന്ന രീതിയിൽ ലളിതമായ ഭാഷയിലാക്കണം. മനസിലാക്കുന്ന ഭാഷയിലാകണം അപ്രകാരമല്ലെങ്കിൽ, റിപ്പോർട്ട് കുട്ടിയ്ക്ക് പരിഭാഷപ്പെടുത്തി നല്കാൻ പണം കൊടുത്ത് പരിഭാഷകനെ ഏർപ്പെടുത്തേണ്ടതാണെന്നും വ്യവസ്ഥയുണ്ട്.

കുട്ടിയ്ക്ക് പരിചരണവും സംരക്ഷണവും സ്പെഷ്യൽ ജുവനൈൽ പൊലീസ് യൂണിറ്റോ ലോക്കൽ പോലീസോ നല്കണം, ആവശ്യമെങ്കിൽ, (ഷെൽട്ടർ ഹോമിലോ, ആശുപത്രിയിലോ പ്രവേശിപ്പിക്കുന്നതടക്കം) താമസവും ചികിത്സയും നല്കേണ്ടതാണ്. 24 മണിക്കൂറിനകം നടപടി സ്വീകരിക്കണം. ചൈൽഡ് വെൽഫെയർ കമ്മിറ്റിക്കും സ്പെഷ്യൽ കോടതിക്കും (സ്പെഷ്യൽ കോടതി നിലവിലില്ലെങ്കിൽ) സെഷൻസ് കോടതിയ്ക്കും പരിചരണവും സംരക്ഷണവും നല്കേണ്ട ആവശ്യം റിപ്പോർട്ടു ചെയ്യേണ്ടതാണ്.

ഉത്തമവിശ്വാസത്തോടുകൂടി ഈ വിവരം, റിപ്പോർട്ടു ചെയ്യുന്ന ഏതൊരാൾക്കും സിവിലോ ക്രിമിനലോ ആയ ഒരു ബാദ്ധ്യതയും ഉണ്ടാകുന്നതല്ല.

മാധ്യമങ്ങൾ സ്റ്റുഡിയോ മറ്റ് ഫോട്ടോഗ്രാഫിയുമായി ബന്ധമുള്ള സംവിധാനങ്ങൾ എന്നിവയുടെ ശ്രദ്ധയിൽ ഏതെങ്കിലും കുട്ടിയെ ലൈംഗികമായി ചൂഷണം ചെയ്യുന്നതായി ആഭാസകരമായി ചിത്രീകരിക്കുന്നതായി ഏതു മാധ്യമം ഉപയോഗിച്ചായാലും അത് സ്പെഷ്യൽ ജൂവനൈൽ പോലീസ് യൂണിറ്റിനോ ലോക്കൽ പോലീസിനോ വിവരം നല്കേണ്ടതാണ്. റിപ്പോർട്ടു ചെയ്യാൻ വീഴ്ച വരുത്തുമെങ്കിൽ ആറുമാസം വരെ ആകുന്ന രണ്ടിലേതെങ്കിലും തരത്തിൽപ്പെട്ട തടവുശിക്ഷയ്ക്കും കൂടാതെ പിഴ ശിക്ഷയ്ക്കും അർഹനാകുന്നതാണ്.

ഒരുകമ്പനി/സ്ഥാപനത്തിലെ കീഴ്ജീവനക്കാർ നടത്തിയ കുറ്റകൃത്യം (വകുപ്പ് 19(1)പ്രകാരം) റിപ്പോർട്ടു ചെയ്യാൻ വീഴ്ച വരുത്തുമെങ്കിൽ കമ്പനി/സ്ഥാപനത്തിന്റെ ചുമതലക്കാരൻ (ഏതുപേരിൽ അറിയ

പ്പെട്ടാലും) അത്തരം വീഴ്ചയ്ക്ക് പിഴയോടുകൂടി ഒരുവർഷം വരെ ആകാവുന്ന തടവിനും ശിക്ഷാർഹനാണ്.

വ്യാജവിവരം/വ്യാജപരാതി അയച്ച് ആരെയെങ്കിലും അപമാനിക്കുകയോ, അപഹരിക്കുകയോ ഭീഷണിപ്പെടുത്തുകയോ മാനഹാനി വരുത്തുകയോ ചെയ്യണമെന്ന ഉദ്ദേശ്യത്തോടെ ചെയ്യുമെങ്കിൽ അയാൾ ആറുമാസംവരെ ആകാവുന്ന തടവിനോ, അല്ലെങ്കിൽ പിഴയ്ക്കോ അല്ലെങ്കിൽ ഇവ രണ്ടിനുംകൂടിയോ അർഹനാകുന്നതാണ്. എന്നാൽ, ഒരു കുട്ടിയാണ് വ്യാജ പരാതിയോ മറ്റ് വ്യാജ വിവരങ്ങളോ നല്കിയതെങ്കിൽ ആ കുട്ടിയെ ശിക്ഷിക്കാൻ പാടുള്ളതല്ല.

ഒരു കുട്ടിക്കെതിരായി തെറ്റായ വിവരമാണെന്നറിഞ്ഞുകൊണ്ട് വ്യാജപരാതിയോ വ്യാജവിവരമോ നല്കി ആ കുട്ടിയെ ഈ ആക്റ്റ് പ്രകാരമുള്ള ഏതെങ്കിലും കുറ്റകൃത്യത്തിന്റെ ഇരയാകുന്നുവെങ്കിൽ അയാൾക്ക് ഒരുവർഷം വരെ തടവിനോ അല്ലെങ്കിൽ പിഴയ്ക്കോ അല്ലെങ്കിൽ ഇവ രണ്ടിനും കൂടിയോ ശിക്ഷാർഹനാകുന്നതാണ്.

1. ഒരു കുട്ടിയുടെ സ്വകാര്യതയ്ക്ക് കോട്ടം തട്ടുംവിധം ഏതെങ്കിലും റിപ്പോർട്ടോ അഭിപ്രായങ്ങളോ ഏതെങ്കിലും മാധ്യമം/സ്റ്റുഡിയോ/ഫോട്ടോഗ്രാഫിക് സംവിധാനങ്ങളിലൂടെ നല്കി സ്വകാര്യതയ്ക്ക് വിഘ്നം വരുത്തുകയോ ചെയ്യുവാൻ പാടില്ല.
2. അതുപോലെ, കുട്ടിയുടെ പേര്, വിലാസം, ഫോട്ടോഗ്രാഫ്, കുടുംബവിവരങ്ങൾ, സ്കൂൾ, അയൽവാസം അല്ലെങ്കിൽ കുട്ടിയെ സഹായിക്കുംതരത്തിൽ മറ്റ് വിവരങ്ങൾ അടങ്ങിയ റിപ്പോർട്ടുകൾ വെളിപ്പെടുത്താൻ പാടില്ല.
   എന്നാൽ, കാരണങ്ങൾ വ്യക്തമാക്കി, കോടതിക്ക് കുട്ടിയുടെ താല്പര്യത്തിന് ഉചിതമെന്ന് അഭിപ്രായമുള്ളപക്ഷം അത്തരം വെളിപ്പെടുത്തലുകൾ അനുവദിക്കുന്നതാണ്.
3. ഒരു പ്രസാധകൻ/ മാധ്യമ-സ്റ്റുഡിയോ ഫോട്ടോഗ്രാഫിക് സംവിധാനത്തിന്റെയോ ഉടമ ഒറ്റയ്ക്കും കൂട്ടായും ജീവനക്കാർ ചെയ്യുന്ന കുറ്റങ്ങൾക്കും വീഴ്ചകൾക്കും ബാധ്യസ്ഥൻ ആയിരിക്കും.

മേൽപ്പറഞ്ഞ (1)(2) വ്യവസ്ഥകൾ പാലിക്കാതിരുന്നാൽ ആറുമാസത്തിൽ കുറയാത്തതും ഒരു വർഷം വരെ ആകാവുന്നത്ര തടവിനും, അല്ലെങ്കിൽ പിഴയ്ക്കും, അല്ലെങ്കിൽ രണ്ടിനും കൂടി ശിക്ഷാർഹനാക്കുന്നതാണ്.

ഇതെല്ലാം കുട്ടികളുടെ സംരക്ഷണാർത്ഥമുള്ള വ്യവസ്ഥകളാണ്. അവരുടെ അവകാശങ്ങളെ ഒരിക്കലും ഹനിക്കാൻ നിയമം അനുവദിക്കുന്നില്ല. കുട്ടിയുടെ മൊഴി രേഖപ്പെടുത്തുമ്പോഴുള്ള നടപടിക്രമങ്ങൾ വീട്ടിൽ വച്ചോ/ സാധാരണ താമസിക്കുന്ന സ്ഥലത്തുവച്ചോ/ കുട്ടിയ്ക്ക് താല്പര്യമുള്ള സ്ഥലത്തുവച്ചോ/സബ് ഇൻസ്പെക്ടർ റാങ്കിൽ കുറയാത്ത ഒരു വനിതാ പൊലീസ് ഓഫീസർ, ഔദ്യോഗിക വേഷം ധരിക്കാതെ കുട്ടിയുടെ മൊഴി റെക്കോർഡ് ചെയ്യേണ്ടതാണ്. ഈ സമയം

കുട്ടി പ്രതിയുമായി യാതൊരു സമ്പർക്കത്തിലും ഏർപ്പെടുന്നില്ലെന്ന് ഉറപ്പുവരുത്തേണ്ടതാണ്. രാത്രിയിൽ കുട്ടിയെ പോലീസ് സ്റ്റേഷനിൽ തടഞ്ഞു നിർത്തുവാൻ പാടില്ല. കുട്ടിയുടെ താല്പര്യം കണക്കിലെടുത്ത് സ്പെഷ്യൽ കോടതി നിർദ്ദേശിക്കുന്ന സാഹചര്യങ്ങളിൽ ഒഴികെ കുട്ടിയെ തിരിച്ചറിയുന്ന രീതിയിലുള്ള വിവരങ്ങൾ പൊതുമാധ്യമങ്ങളിൽ വരുന്നില്ല എന്ന് പോലീസ് ഓഫീസർ ഉറപ്പുവരുത്തേണ്ടതാണ്.

മജിസ്ട്രേട്ട് കുട്ടിയുടെ മൊഴി രേഖപ്പെടുത്തുമ്പോൾ കുട്ടി പറയുന്നത് അതുപോലെതന്നെ റെക്കോഡ് ചെയ്യേണ്ടതാണ്. (പ്രതിയുടെ അഭിഭാഷകന്റെ സാന്നിദ്ധ്യം അനുവദിക്കില്ല) പോലീസിന്റെ അന്തിമറിപ്പോർട്ടിന്റെ ഒരു പകർപ്പ് കുട്ടിക്കോ കുട്ടിയുടെ മാതാപിതാക്കൾക്കോ മജിസ്ട്രേട്ട് നല്കേണ്ടതാണെന്നും വ്യവസ്ഥ ചെയ്യുന്നു. മജിസ്ട്രേട്ട്/ പൊലീസ് ഓഫീസർ കുട്ടിയുടെ മൊഴി രേഖപ്പെടുത്തേണ്ടത് കുട്ടിയുടെ രക്ഷകർത്താവോ/കുട്ടിയ്ക്ക് വിശ്വാസമുള്ള ആളോ/ഉറ്റമിത്രമോ എന്നിവരുടെ ആരുടെയെങ്കിലും സാന്നിധ്യത്തിൽ കുട്ടി പറയുന്നരീതിയിൽത്തന്നെ ആയിരിക്കേണ്ടതാണ്. മൊഴി രേഖപ്പെടുത്തുന്നവർക്ക് ആവശ്യമെങ്കിൽ ഒരു പരിഭാഷകന്റെ/ദ്വിഭാഷയുടെ സഹായം തേടാവുന്നതാണ്.

മാനസിക/ശാരീരിക വൈകല്യമുള്ള കുട്ടിയുടെ മൊഴി രേഖപ്പെടുത്തുന്നതെങ്കിൽ മജിസ്ട്രേട്ടിനോ/ പോലീസ് ഓഫീസർക്കോ ഒരു സ്പെഷ്യൽ എഡ്യൂക്കേറ്ററുടെയോ അല്ലെങ്കിൽ കുട്ടിയുമായി ആശയവിനിയമം നടത്തുന്നതിൽ പരിചയമുള്ള വ്യക്തിയുടെയോ അല്ലെങ്കിൽ ആ വിഷയത്തിൽ പ്രാഗൽഭ്യമുള്ള ആളുടെയോ സേവനം തേടാവുന്നതാണ്. മൊഴി രേഖപ്പെടുത്തുമ്പോൾ ദൃശ്യശ്രാവ്യ ഇലക്ട്രോണിക് ഉപാധികൾ മുഖേനയും കൂടി കഴിയാവുന്നേടത്തോളം റെക്കോർഡ് ചെയ്യേണ്ടതാണ്.

പ്രഥമവിവരറിപ്പോർട്ടോ പരാതിയോ രജിസ്റ്റർ ചെയ്തിട്ടില്ലെങ്കിൽകൂടിയും കുറ്റകൃത്യത്തിന് ഇരയായ ഒരു കുട്ടിയെ വൈദ്യപരിശോധന നടത്തേണ്ടതാണ്. പീഡനത്തിന് ഇരയായത് പെൺകുട്ടിയാണെങ്കിൽ വനിതാ ഡോക്ടറാവണം പരിശോധിക്കേണ്ടത്. രക്ഷിതാക്കൾ/കുട്ടിയ്ക്കു വിശ്വാസമുള്ളയാൾ/ഉറ്റമിത്രം ഇവരിൽ ആരെങ്കിലും ഒരാളുടെ സാന്നിധ്യത്തിൽ ആയിരിക്കണം. ഇങ്ങനെ സാധിക്കാതെ വരുമ്പോൾ മെഡിക്കൽ സ്ഥാപനത്തിലെ (ആശുപത്രിയിലെ) അധികാരി തീരുമാനിക്കുന്ന ഒരു വനിതയുടെ സാന്നിദ്ധ്യത്തിൽ വൈദ്യപരിശോധന നടത്തേണ്ടതാണ്.

ഇത്തരം കേസുകളിൽ ഈ നിയമാനുസരണം, വിചാരണ ദ്രുതഗതിയിൽ നടത്തുന്നതിനായി ഓരോ ജില്ലയിലും ഒരു സെഷൻസ് കോടതിയെ സ്പെഷ്യൽ കോടതിയായി നിയോഗിക്കുവാൻ വ്യവസ്ഥയുണ്ട്. ഇൻഫർമേഷൻ ടെക്നോളജി ആക്റ്റിലെ 67 ബി പ്രകാരമുള്ള കുറ്റത്തിന് വസ്തുക്കൾ പ്രസിദ്ധീകരിക്കുകയോ സംപ്രേക്ഷണം ചെയ്യുകയോ ഓൺലൈനിൽ കുട്ടികളെ ലൈംഗികപരമായി ദുരുപയോഗം ചെയ്യുന്ന

തരം കുറ്റകൃത്യങ്ങളാണെങ്കിൽ അത് വിചാരണ ചെയ്യുവാനും അധികാര പരിധി ഉണ്ടായിരിക്കുന്നതാണ്. കേസ് നടത്തിപ്പിനായി സ്പെഷ്യൽ പബ്ലിക് പ്രോസിക്യൂട്ടർമാരെ (ഏഴു വർഷത്തിൽ കുറയാത്ത പരിചയമുള്ള) നിയമിക്കേണ്ടതാകുന്നു.

കോടതിയിൽ കുട്ടിയെ വിസ്തരിക്കുമ്പോൾ ചോദിക്കേണ്ടതായ ചോദ്യങ്ങൾ സ്പെഷ്യൽ കോടതിയ്ക്കു നല്കേണ്ടതും അത് സ്പെഷ്യൽ കോടതി കുട്ടിയോട് ചോദിക്കേണ്ടതുമാണ്. കുട്ടിയ്ക്ക് ചോദ്യവേളയിൽ കൂടെക്കൂടെ ഇടവേളകൾ അനുവദിക്കേണ്ടതാണ്. കുട്ടിയ്ക്കൊപ്പം വിശ്വാസമുള്ള ഒരാളെ നില്ക്കാൻ അനുവദിച്ച് കോടതി അന്തരീക്ഷം ബാലസൗഹാർദ്ദമാക്കാനാകും. അതുപോലെ കുട്ടിയെ പതിവായി കോടതിയിൽ വിളിപ്പിക്കരുത്. കുട്ടിക്ക് വിനാശകരമായതോ സ്വഭാവഹത്യ നടത്തുന്നതരത്തിലോ ആയ ചോദ്യങ്ങൾ ചോദിക്കാൻ അനുവദിക്കരുത്. കുട്ടിയുടെ അന്തസ്സ് കാത്തു സൂക്ഷിക്കുകയും വേണം. കുട്ടിയെക്കുറിച്ചുള്ള വിവരങ്ങൾ വെളിപ്പെടുത്തരുത്. എങ്കിലും വെളിപ്പെടുത്തൽ കുട്ടിയുടെ താല്പര്യത്തിന് ഉചിതമെന്നു തോന്നിയാൽ കാരണങ്ങൾ രേഖപ്പെടുത്തി കോടതിയ്ക്ക് വിവരങ്ങൾ വെളിപ്പെടുത്താൻ അനുവദിക്കാവുന്നതാണ്.

അനിവാര്യമായ കേസുകളിൽ ശിക്ഷയോടൊപ്പം കുട്ടിക്കുണ്ടായ ശാരീരിക/മാനസിക ക്ഷതത്തിനും അല്ലെങ്കിൽ അടിയന്തിര പുനരധിവാസത്തിനുമായി നഷ്ടപരിഹാരം നല്കുന്നതിന് ഉത്തരവിടാവുന്നതാണ്. സ്പെഷ്യൽ കോടതിയ്ക്ക് സെഷൻസ് കോടതിയുടെ എല്ലാ അധികാരങ്ങളും ഉണ്ടായിരിക്കുന്നതും അത്തരം കുറ്റകൃത്യങ്ങൾ അപ്രകാരം വിചാരണ ചെയ്യേണ്ടതുമാണ്.

ഈ നിയമമനുസരിച്ചുള്ള കുറ്റകൃത്യം ഒരു കുട്ടിയാണു ചെയ്തതെങ്കിൽ ബാലനീതി (കുട്ടികളുടെ പരിചരണം, സംരക്ഷണം) ആക്റ്റ് (2000) ലെ വ്യവസ്ഥകൾക്ക് അനുസൃതമായിരിക്കും. കുട്ടിയാണോ അല്ലയോ എന്ന് ചോദ്യം ഉയരുന്നുവെങ്കിൽ ആളിന്റെ പ്രായം സ്പെഷ്യൽ കോടതിക്ക് തീർത്തും ബോദ്ധ്യം വരുന്ന രീതിയിൽ നിർണ്ണയിക്കേണ്ടത് കാരണങ്ങൾ എഴുതി റിക്കോർഡ് ചെയ്തുകൊണ്ടാകണം. വയസ്സ് നിർണ്ണയിച്ചത് ശരിയായല്ല/ശരിയായ വയസ്സല്ല എന്ന് പിന്നീട് തെളിയിക്കുന്നതുകൊണ്ട് മാത്രം സ്പെഷ്യൽ കോടതിയുടെ ഉത്തരവ് ദുർബ്ബലമാകില്ലെന്നും വ്യവസ്ഥയുണ്ട്. കുറ്റകൃത്യം നടപടിയ്ക്കെടുത്ത് 30 ദിവസത്തിനുള്ളിൽ കുട്ടിയുടെ തെളിവ് റെക്കോർഡു ചെയ്യേണ്ടതും അത് വൈകുന്നുവെങ്കിൽ അതിനുള്ള കാരണം സ്പെഷ്യൽ കോടതി രേഖപ്പെടുത്തേണ്ടതും, ഒരു വർഷത്തിനുള്ളിൽ വിചാരണ പൂർത്തിയാക്കേണ്ടതുമാണ്. കുട്ടിയുടെ മൊഴി കോടതിയിൽ റെക്കാർഡ് ചെ.യ്യുന്ന സമയത്ത് കുട്ടി പ്രതിയെ കാണുന്നില്ലെന്നും, അതേസമയം കുട്ടി പറയുന്നത് പ്രതിക്ക് കേൾക്കാൻ കഴിയുന്നുണ്ടെന്നും അയാൾക്ക് അഭിഭാഷകനോട് ആശയവിനിമയം നടത്താൻ കഴിയുന്നുണ്ടെന്നും ഉറപ്പു വരുത്തേണ്ടതാണ്.

റെക്കാർഡു ചെയ്യുവാൻ വീഡിയോ റെക്കോഡിങ് സംവിധാനം വഴിയോ ഒരു ഭാഗം മാത്രം കാണാൻ കഴിയുന്ന കണ്ണാടി ഉപയോഗിച്ചോ മറ അല്ലെങ്കിൽ അതുപോലുള്ള എന്തെങ്കിലും സംവിധാനം ഉപയോഗിച്ചോ റെക്കോഡ് ചെയ്യാവുന്നതാണ്.

- കുട്ടിയുടെ വിചാരണ നടത്തുമ്പോൾ രക്ഷാകർത്താക്കളുടെയോ കുട്ടിയ്ക്ക് വിശ്വാസവും/പൂർണ്ണവിശ്വാസവും ഉള്ള ആളുടെയോ സാന്നിദ്ധ്യത്തിൽ രഹസ്യമായിട്ടായിരിക്കണം നടത്തേണ്ടത്. എന്നാൽ, കോടതിയ്ക്ക് കുട്ടിയെ കോടതി അല്ലാത്ത സ്ഥലത്ത് വച്ച് വിചാരണ നടത്തണം എന്ന് അഭിപ്രായമുള്ള പക്ഷം ഒരു കമ്മീഷനെ ക്രിമിനൽ നടപടി നിയമം അനുസരിച്ച് നിയോഗിക്കാവുന്നതാണ്. മൊഴി റെക്കോഡുചെയ്യുമ്പോൾ പരിഭാഷകന്റെയോ വിദഗ്ദ്ധന്റെയോ സഹായം സ്വീകരിക്കാവുന്നതാണ്.
- കുട്ടിയുടെ സഹായത്തിന് അഭിഭാഷകനെ ലഭിക്കാൻ അവകാശമുണ്ട്. എന്നാൽ ചെലവ് വഹിക്കാൻ കഴിയാത്ത പക്ഷം ലീഗൽ സർവീസസ് അതോറിറ്റി വഴി അഭിഭാഷകരെ നല്കേണ്ടതാണ്.
- ഒരു കുട്ടിയെ വൈദ്യപരിശോധനയ്ക്കോ ചികിത്സയ്ക്കോ വിധേയമാക്കിയിരിക്കുകയും അങ്ങനെയുള്ള വൈദ്യപരിശോധനയോ ചികിത്സയോ ആ കുട്ടിയുടെ മാതാപിതാക്കളുടെയോ രക്ഷകർത്താക്കളുടെയോ അനുമതിയോടുകൂടെ ചെയ്തിട്ടുള്ള സംഗതികളിൽ 3 മുതൽ 13 വരെയുള്ള (രണ്ടും ഉൾപ്പെടെ) വകുപ്പുകളിലെ വ്യവസ്ഥകൾ ബാധകമല്ല.
- ഈ നിയമത്തെക്കുറിച്ച് പൊതുജനങ്ങൾക്കിടയിൽ അറിവ് നൽകാൻ ടെലിവിഷൻ, റേഡിയോ, അച്ചടി മാധ്യമങ്ങളിൽ ഇടവിട്ട വേളയിൽ ഈ നിയമത്തിന്റെ വ്യവസ്ഥകൾ വൻതോതിൽ പ്രചരണം നടത്തണം. കേന്ദ്ര-സംസ്ഥാന ഉദ്യോഗസ്ഥർക്ക് നിയമവ്യവസ്ഥകൾ പ്രാബല്യത്തിൽ വരുത്തേണ്ടകാര്യങ്ങളെക്കുറിച്ച് ഇടവിട്ടവേളകളിൽ പരിശീലനം നല്കേണ്ടതാണ്. നിയമനടത്തിപ്പിന്റെ മേൽനോട്ടം ഇതിനായി കുട്ടികളുടെ ദേശീയ അവകാശസംരക്ഷണകമ്മിഷനോ, സംസ്ഥാന കമ്മിഷനോ നിർവഹിക്കേണ്ടതാണ്.

അനുബന്ധം 1

അവകാശങ്ങളെ സംബന്ധിച്ച് ഇന്ത്യയിലെ ഭരണഘടനയിലെ പ്രസക്ത ഭാഗങ്ങൾ

ഭാരതത്തിലെ ജനങ്ങളായ നാം ഭാരതത്തെ ഒരു പരമാധികാര സ്ഥിതിസമത്വമതേതര ജനാധിപത്യ റിപ്പബ്ലിക്കായി സംവിധാനം ചെയ്യുവാനും അതിലെ പൗരന്മാർക്കെല്ലാം സാമൂഹികവും സാമ്പത്തികവും രാഷ്ട്രീയവുമായ നീതിയും;

ചിന്തയ്ക്കും ആശയപ്രകടനത്തിനും വിശ്വാസത്തിനും മതനിഷ്ഠയ്ക്കും ആരാധനയ്ക്കും ഉള്ള സ്വാതന്ത്ര്യവും; പദവിയിലും അവസരത്തിലും സമത്വവും സംപ്രപ്തമാക്കുവാനും; അവർക്കെല്ലാമിടയിൽ വ്യക്തിയുടെ അന്തസ്സും രാഷ്ട്രത്തിന്റെ ഐക്യവും അഖണ്ഡതയും ഉറപ്പുവരുത്തിക്കൊണ്ട് സാഹോദര്യം പുലർത്തുവാനും;

സഗൗരവം തീരുമാനിക്കയാൽ;

നമ്മുടെ ഭരണഘടനാനിർമ്മാണസഭയിൽ ഈ 1949 നവംബർ ഇരുപത്താറാം ദിവസം ഇതിനാൽ ഈ ഭരണഘടനയെ സ്വീകരിക്കുകയും നിയമമാക്കുകയും നമുക്കുതന്നെ പ്രദാനം ചെയ്യുകയും ചെയ്യുന്നു.

ഭാഗം I
യൂണിയനും അതിന്റെ ഭൂപ്രദേശവും

1. യൂണിയന്റെ പേരും ഭൂപ്രദേശവും – (1) ഇന്ത്യ അതായത് ഭാരതം, സംസ്ഥാനങ്ങളുടെ ഒരു യൂണിയനായിരിക്കുന്നതാണ്.

(2) സംസ്ഥാനങ്ങളും അവയുടെ ഭൂപ്രദേശങ്ങളും ഒന്നാം പട്ടികയിൽ പറഞ്ഞിട്ടുള്ളവിധം ആയിരിക്കുന്നതാണ്.

(3) ഭാരതത്തിന്റെ ഭൂപ്രദേശം –

(a) സംസ്ഥാനങ്ങളുടെ ഭൂപ്രദേശങ്ങളും;

(b) ഒന്നാം പട്ടികയിൽ പറഞ്ഞിട്ടുള്ള യൂണിയൻ പ്രദേശങ്ങളും.
(c) ആർജിക്കുന്ന മറ്റ് ഭൂപ്രദേശങ്ങളും, അടങ്ങിയിരിക്കുന്നു.

* * * * * *

ഭാഗം III
മൗലികാവകാശങ്ങൾ
സാമാന്യം

12. നിർവ്വചനം–ഈ ഭാഗത്തിൽ സന്ദർഭം മറ്റു വിധത്തിൽ ആവശ്യപ്പെടാത്ത പക്ഷം "രാഷ്ട്രം" എന്നതിൽ ഭാരതത്തിന്റെ സർക്കാരും പാർലമെന്റും സംസ്ഥാനങ്ങളിൽ ഓരോന്നിന്റെയും സർക്കാരും നിയമനിർമ്മാണമണ്ഡലവും ഭാരതത്തിലെ ഭൂപ്രദേശത്തിനുള്ളിലുള്ളതോ ഭാരത സർക്കാരിന്റെ നിയന്ത്രണത്തിലുള്ളതോ ആയതോ മറ്റ് തരത്തിലുള്ളതോ ആയ എല്ലാ അധികാരസ്ഥാനങ്ങളും ഉൾപ്പെടുന്നതാണ്.

* * * * * *

അനുഛേദം

21 A. വിദ്യാഭ്യാസത്തിനുള്ള അവകാശം ആറു മുതൽ 14 വയസ്സു വരെയുള്ള എല്ലാ കുട്ടികൾക്കും രാഷ്ട്രം, നിയമം വഴി തീരുമാനിക്കുന്ന അങ്ങനെയുള്ള രീതിയിൽ സൗജന്യവും നിർബ്ബന്ധിതവുമായ വിദ്യാഭ്യാസത്തിന് വ്യവസ്ഥ ചെയ്യേണ്ടതാണ്.

* * * * * *

45. ആറു വയസ്സിൽ താഴെയുള്ള കുട്ടികൾക്ക് ശൈശവാരംഭത്തിൽ ത്തന്നെ പരിചരണത്തിനും വിദ്യാഭ്യാസത്തിനുമുള്ള വ്യവസ്ഥ–എല്ലാ കുട്ടികൾക്കും, അവർക്ക് ആറുവയസ്സു തികയുന്നതുവരെ ശൈശവാരംഭത്തിൽത്തന്നെ പരിചരണവും വിദ്യാഭ്യാസവും വ്യവസ്ഥ ചെയ്യുവാൻ രാഷ്ട്രം യത്നിക്കേണ്ടതാണ്.

* * * * * *

ഭാഗം IV A
മൗലികകർത്തവ്യങ്ങൾ

51 A മൗലിക കർത്തവ്യങ്ങൾ – താഴെപ്പറയുന്ന ഭാരതത്തിലെ ഓരോ പൗരന്റെയും കർത്തവ്യം ആയിരിക്കുന്നതാണ്–

(a) ഭരണഘടനയെ അനുസരിക്കുകയും അതിന്റെ ആദർശങ്ങളെയും സ്ഥാപനങ്ങളെയും ദേശീയ പതാകയെയും ദേശീയ ഗാനത്തെയും ആദരിക്കുകയും ചെയ്യുക;

(b) സ്വാതന്ത്ര്യത്തിനുവേണ്ടിയുള്ള നമ്മുടെ ദേശീയ സമരത്തിന് പ്രചോദനം നല്കിയ മഹനീയാദർശങ്ങളെ പരിപോഷിപ്പിക്കുകയും പിന്തുടരുകയും ചെയ്യുക;

(c) ഭാരതത്തിന്റെ പരമാധികാരവും ഐക്യവും അഖണ്ഡതയും നിലനിർത്തുകയും സംരക്ഷിക്കുകയും ചെയ്യുക;

(d) രാജ്യത്തെ കാത്തു സൂക്ഷിക്കുകയും ദേശീയ സേവനം അനുഷ്ഠിക്കുവാൻ ആവശ്യപ്പെടുമ്പോൾ അനുഷ്ഠിക്കുകയും ചെയ്യുക;

(e) മതപരവും ഭാഷാപരവും പ്രാദേശികവും വിഭാഗീയവുമായ വൈവിധ്യങ്ങൾക്കതീതമായി ഭാരതത്തിലെ എല്ലാ ജനങ്ങൾക്കുമിടയിൽ, സൗഹാർദ്ദവും പൊതുവായ സാഹോദര്യമനോഭാവവും പുലർത്തുക, സ്ത്രീകളുടെ അന്തസ്സിന് കുറവു വരുത്തുന്ന ആചാരങ്ങൾ പരിത്യജിക്കുക;

(f) നമ്മുടെ സമ്മിശ്രസംസ്കാരത്തിന്റെ സമ്പന്നമായ പാരമ്പര്യത്തെ വിലമതിക്കുകയും നിലനിർത്തുകയും ചെയ്യുക;

(g) വനങ്ങളും തടാകങ്ങളും നദികളും വന്യജീവികളും ഉൾപ്പെടുന്ന പ്രകൃത്യാ ഉള്ള പരിസ്ഥിതി സംരക്ഷിക്കുകയും അഭിവൃദ്ധിപ്പെടുത്തുകയും, ജീവികളോട് കാരുണ്യം കാണിക്കുകയും ചെയ്യുക;

(h) ശാസ്ത്രീയമായ കാഴ്ചപ്പാടും മാനവികതയും അന്വേഷണത്തിനും പരിഷ്കരണത്തിനും ഉള്ള മനോഭാവവും വികസിപ്പിക്കുക;

(i) പൊതുസ്വത്ത് പരിരക്ഷിക്കുകയും ശപഥം ചെയ്ത് അക്രമം ഉപേക്ഷിക്കുകയും ചെയ്യുക;

(j) രാഷ്ട്രം യത്നത്തിന്റെയും ലക്ഷ്യപ്രാപ്തിയുടെയും ഉന്നതതലങ്ങളിലേക്ക് നിരന്തരം ഉയരത്തക്കവണ്ണം വ്യക്തിപരവും കൂട്ടായതുമായ പ്രവർത്തനത്തിന്റെ എല്ലാ മണ്ഡലങ്ങളിലും ഉൽക്കൃഷ്ടതയ്ക്കു വേണ്ടി അദ്ധ്വാനിക്കുക;

(k) ആറിനും പതിനാലിനും ഇടക്ക് പ്രായമുള്ള തന്റെ കുട്ടിയ്ക്കോ രക്ഷ്യബാലക(ward) നോ അതതു സംഗതിപോലെ മാതാപിതാക്കളോ രക്ഷകർത്താവോ വിദ്യാഭ്യാസത്തിനുള്ള അവസരങ്ങൾ ഏർപ്പെടുത്തുക;

* * * * * *

അനുബന്ധം 2

ലൈംഗികപീഡനവും ശിക്ഷയും ഇന്ത്യൻ ശിക്ഷാസംഹിതയും

എല്ലാ കുറ്റകൃത്യങ്ങൾക്കും ഇന്ത്യൻ ശിക്ഷാസംഹിതയിൽ പരാമർശിക്കപ്പെടുകയും അതിനുള്ള ശിക്ഷകളെ കൃത്യമായി വിവരിക്കുകയും ചെയ്തിട്ടുണ്ട്. അവയിൽ ലൈംഗികപീഡനവും അതിനുള്ള ശിക്ഷയും ഇവിടെ ചേർക്കേണ്ടത് ആവശ്യമാണെന്നും സാധാരണക്കാരായ വായനക്കാർക്ക് കൂടുതൽ അറിവുപകരാൻ ഇതുപകരിക്കുമെന്നും കരുതുന്നു.

ഇന്ത്യൻ ശിക്ഷാനിയമത്തിലെ പ്രസക്ത ഭാഗങ്ങൾ

354A. ലൈംഗികപീഡനവും ലൈംഗിക പീഡനത്തിനുള്ള ശിക്ഷയും– ഒരു വ്യക്തി താഴെപ്പറയുന്ന ഏതെങ്കിലും പ്രവൃത്തികൾ:–

(i) അനഭിലഷണീയവും പ്രകടമായ ലൈംഗിക ആഗ്രഹപ്രകടനം ഉൾക്കൊള്ളുന്നതുമായ ശാരീരിക സമ്പർക്കങ്ങളോ പ്രോത്സാഹനങ്ങളോ;

(ii) ലൈംഗിക പ്രീതിക്കുള്ള ആവശ്യപ്പെടലോ അപേക്ഷയോ,

(iii) ഒരു സ്ത്രീയുടെ ഇച്ഛയ്ക്ക് വിരുദ്ധമായി ലൈംഗിക ചുവയുള്ള ആംഗ്യങ്ങൾ കാണിക്കുകയോ,

(iv) ലൈംഗിക ചുവയുള്ള പ്രസ്താവനകൾ നടത്തുകയോ ചെയ്താൽ അയാൾ ലൈംഗിക പീഡനത്തിന് കുറ്റക്കാരനായി തീരുന്നതാണ്.

(2) (1)–ാം ഉപവകുപ്പിന്റെ ഖണ്ഡം (i)–ലോ (ii)ലോ (iii) ലോ പറഞ്ഞിട്ടുള്ള കുറ്റകൃത്യം നടത്തുന്ന ഏതെങ്കിലും വ്യക്തി മൂന്നുവർഷത്തോളമാകാവുന്ന കഠിനതടവിനോ പിഴയ്ക്കോ ഇവ രണ്ടിനും കൂടിയും അർഹനാകുന്നതാണ്.

(3) (1)–ാം ഉപവകുപ്പിന്റെ ഖണ്ഡം (iv) ൽ പറഞ്ഞിട്ടുള്ള കുറ്റകൃത്യം ചെയ്യുന്ന ഏതൊരാളും ഒരു വർഷത്തോളമാകാവുന്ന കാലത്തേക്ക് തട

വിനോ പിഴയ്ക്കോ അല്ലെങ്കിൽ ഇവ രണ്ടിനും കൂടിയോ ശിക്ഷാർഹനാകുന്നതാണ്.

ശിക്ഷ – ഉപവകുപ്പ് (1) ന്റെ ഖണ്ഡം (i), (ii), (iii) – 3 വർഷത്തോളമാകാവുന്ന തടവോ പിഴയോ അല്ലെങ്കിൽ ഇവ രണ്ടുംകൂടിയോ – കോഗ്നൈസബിൾ — ജാമ്യം അനുവദിക്കുന്നത് — ഏതെങ്കിലും മജിസ്ട്രേട്ടിന് വിചാരണ ചെയ്യാവുന്നത്.

ഉപവകുപ്പ് (1) ന്റെ ഖണ്ഡം (iv)—ഒരു വർഷത്തോളമാകാവുന്ന തടവോ പിഴയോ അല്ലെങ്കിൽ ഇവ രണ്ടുംകൂടിയോ — കോഗ്നൈസബിൾ — ജാമ്യം അനുവദിക്കുന്നത് — ഏതെങ്കിലും മജിസ്ട്രേട്ടിന് വിചാരണ ചെയ്യാവുന്നത്.

354B സ്ത്രീയെ വിവസ്ത്രയാക്കണമെന്ന ഉദ്ദേശ്യത്തോടുകൂടി അടികലശൽ നടത്തുകയോ അല്ലെങ്കിൽ കുറ്റകരമായ ബലംപ്രയോഗം നടത്തുകയോ ചെയ്യുക – ഏതെങ്കിലും സ്ത്രീയെ വിവസ്ത്രയാക്കണമെന്ന ഉദ്ദേശ്യത്തോടുകൂടിയോ അല്ലെങ്കിൽ അവളെ അതിലേക്ക് നിർബ്ബന്ധിപ്പിക്കുന്നതിലേക്കായോ അടികലശൽ നടത്തുകയോ കുറ്റകരമായ ബലപ്രയോഗം നടത്തുകയോ അങ്ങനെയുള്ള പ്രവർത്തിയ്ക്ക് പ്രേരണ നല്കുകയോ ചെയ്യുന്ന ഏതൊരാളും മൂന്നു വർഷത്തിൽ കുറയാത്തതും ഏഴുവർഷം വരെയാകാവുന്നതുമായ രണ്ടിലേതെങ്കിലും തരത്തിൽപ്പെട്ട തടവുശിക്ഷയ്ക്കും കൂടാതെ പിഴശിക്ഷയ്ക്കും കൂടി ശിക്ഷാർഹനാകുന്നതാണ്.

ശിക്ഷ – മൂന്നുവർഷത്തിൽ കുറയാത്തതും ഏഴുവർഷം വരെയാകാവുന്നതുമായ തടവോ പിഴയോ അല്ലെങ്കിൽ ഇവ രണ്ടും കൂടിയോ – കോഗ്നൈസബിൾ – ജാമ്യം അനുദവിക്കാത്തത് – ഒന്നാം ക്ലാസ് മജിസ്ട്രേട്ടിന് വിചാരണ ചെയ്യാവുന്നത്.

354C അന്യരുടെ ലൈംഗിക പ്രവൃത്തികളോ ലൈംഗിക അവയവങ്ങളോ കണ്ടുനിന്ന് രതിസുഖം നേടുന്ന പ്രവൃത്തി (Voyeurism) – അതിക്രമം ചെയ്യുന്ന ആളോ അയാൾക്കുവേണ്ടി മറ്റേതെങ്കിലും വ്യക്തിയോ നിരീക്ഷിക്കുന്നില്ലെന്ന പ്രതീക്ഷയിൽ ഒരു സ്ത്രീ ഏർപ്പെട്ടിരിക്കുന്ന ഒരു സ്വകാര്യ പ്രവൃത്തി നിരീക്ഷിക്കുകയോ അതിന്റെ ചിത്രങ്ങൾ എടുക്കുകയോ അല്ലെങ്കിൽ അങ്ങനെയുള്ള ചിത്രങ്ങൾ പ്രചരിപ്പിക്കുകയോ ചെയ്യുന്ന ഏതൊരാളും ആദ്യത്തെ കുറ്റസ്ഥാപനത്തിന്മേൽ ഒരു വർഷത്തിൽ കുറയാത്തതും മൂന്നുവർഷം വരെയാകാവുന്നതുമായ തടവുശിക്ഷയ്ക്കും കൂടാതെ പിഴശിക്ഷയ്ക്കും കൂടി അർഹനാകുന്നതും രണ്ടാമത്തേതോ അല്ലെങ്കിൽ തുടർന്നുള്ളതോ ആയ കുറ്റസ്ഥാപനങ്ങൾക്ക് മൂന്നുവർഷത്തിൽ കുറയാത്തതും ഏഴുവർഷം വരെയാകാവുന്നതുമായ തടവുശിക്ഷയ്ക്കും കൂടാതെ പിഴശിക്ഷയ്ക്കും കൂടി അർഹനാകുന്നതാണ്.

വിശദീകരണം:– ഈ ആക്റ്റിന്റെ ആവശ്യത്തിലേക്ക്, സ്വകാര്യ പ്രവൃത്തി എന്നതിൽ കുറ്റകൃത്യത്തിനിരയായ സ്ത്രീ തനിക്ക് സ്വകാര്യ

തയുണ്ടെന്ന് ന്യായമായും വിശ്വസിക്കത്തക്ക സാഹചര്യമുള്ള ഒരു സ്ഥലത്തുവച്ച് അവളുടെ ജനനേന്ദ്രിയം, നിതംബം, മാറിടം എന്നിവ നഗ്നമാക്കുന്നതോ അല്ലെങ്കിൽ അടിവസ്ത്രത്തിൽ മാത്രം നില്ക്കുന്നതോ അല്ലെങ്കിൽ കുളിമുറി ഉപയോഗിച്ചുകൊണ്ടിരിക്കുമ്പോഴോ അല്ലെങ്കിൽ പൊതുസ്ഥലത്ത് സാധാരണ ചെയ്യാത്ത വിധത്തിലുള്ള ഒരു ലൈംഗിക പ്രവൃത്തി ചെയ്തുകൊണ്ടിരിക്കുന്നത് വീക്ഷിക്കുന്നതോ ആയ ഒരു പ്രവൃത്തിയും ഉൾപ്പെടുന്നു.

വിശദീകരണം 2: ഏതെങ്കിലും ചിത്രമോ അല്ലെങ്കിൽ ഏതെങ്കിലും പ്രവൃത്തിയോ പകർത്തുന്നതിന് കുറ്റകൃത്യത്തിനിരയായ വ്യക്തി അനുമതി നല്കിയിട്ടുണ്ടായിരിക്കുകയും എന്നാൽ മൂന്നാമതൊരാൾക്ക് അത് പ്രചരിപ്പിക്കുന്നതിന് അനുമതി നല്കാതിരിക്കുകയും ചെയ്തിട്ടുള്ള സംഗതികളിൽ അങ്ങനെയുള്ള ചിത്രമോ പ്രവൃത്തിയോ പ്രചരിപ്പിച്ചാൽ അങ്ങനെയുള്ള പ്രചാരണം ഈ വകുപ്പിൻ കീഴിലുള്ള കുറ്റകൃത്യമായി കരുതപ്പെടുന്നതാണ്.

ശിക്ഷ– ആദ്യ കുറ്റസ്ഥാപനത്തിന് ഒരു വർഷത്തിൽ കുറയാത്തതും മൂന്നുവർഷം വരെയാകാവുന്നതുമായ തടവും പിഴയും – കോഗ്നൈസബിൾ — ജാമ്യം അനുവദിക്കുന്നത് — ഏതെങ്കിലും മജിസ്ട്രേട്ടിന് വിചാരണ ചെയ്യാവുന്നത്.

രണ്ടാമത്തേതും തുടർന്നുള്ള കുറ്റസ്ഥാപനത്തിന് മൂന്നുവർഷത്തിൽ കുറയാത്തതും ഏഴുവർഷം വരെയാകാവുന്നതുമായ തടവും പിഴയും — കോഗ്നൈസബിൾ — ജാമ്യം അനുവദിക്കാത്തത് – ഏതെങ്കിലും മജിസ്ട്രേട്ടിന് വിചാരണ ചെയ്യാവുന്നത്.

354D പതുങ്ങി പിൻപറ്റുക (Stalking)— ഏതെങ്കിലും വ്യക്തി–

(i) വ്യക്തിപരമായ പരസ്പരബന്ധം പോഷിപ്പിക്കുന്നതിലേക്കായി ഒരു സ്ത്രീയെ, ആ സ്ത്രീ തനിക്കുള്ള താല്പര്യക്കുറവ് വ്യക്തമായി പ്രകടിപ്പിച്ചതിനു ശേഷവും ആവർത്തിച്ച് പിൻതുടരുകയും സമ്പർക്കത്തിലേർപ്പെടുകയോ സമ്പർക്കത്തിലേർപ്പെടാൻ ശ്രമിക്കുകയോ ചെയ്യുകയോ അല്ലെങ്കിൽ.

(ii) ഒരു സ്ത്രീയുടെ ഇന്റർനെറ്റ്, ഇ–മെയിൽ, മറ്റേതെങ്കിലും രീതിയിലുള്ള ഇലക്ട്രോണിക് കമ്യൂണിക്കേഷൻ എന്നിവയുടെ ഉപയോഗം നിരീക്ഷിക്കുകയോ ചെയ്താൽ അയാൾ പതുങ്ങി പിൻപ്പറ്റുക എന്ന കുറ്റം ചെയ്യുന്നതാണ്.

എന്നാൽ അങ്ങനെ പിൻതുടരുന്ന വ്യക്തി,–

(i) അങ്ങനെ പിൻതുടർന്നത് ഒരു കുറ്റകൃത്യം തടയുന്നതിനോ തെളിയിക്കുന്നതിലേക്കുവേണ്ടിയോ ആയിരിക്കുകയും പിൻതുടർന്നതായി ആരോപിക്കുന്ന വ്യക്തി കുറ്റകൃത്യം തടയുന്നതിനും കണ്ടുപിടിക്കുന്നതിനും സ്റ്റേറ്റ് ചുമതല ഏല്പിച്ചിട്ടുള്ള ആളാണെങ്കിൽ, അഥവാ,

(ii) അങ്ങനെ പിൻതുടർന്നത് ഏതെങ്കിലും നിയമപ്രകാരമോ അല്ലെങ്കിൽ ഏതെങ്കിലും നിയമത്തിൻകീഴിൽ ഏതെങ്കിലും വ്യക്തി ചുമത്തി

യിട്ടുള്ള വ്യവസ്ഥയോ ആവശ്യകതയോ പാലിക്കുന്നതിലേക്കായോ അഥവാ

(iii) ആ പ്രത്യേക സാഹചര്യത്തിൽ അങ്ങനെയുള്ള പെരുമാറ്റം ന്യായവും നീതിയുക്തവുമാണെങ്കിലും അങ്ങനെയുള്ള പെരുമാറ്റം പതുങ്ങിപിൻപറ്റുക എന്ന കുറ്റകൃത്യമാകുന്നതല്ല.

(2) പതുങ്ങി പിൻപ്പറ്റുക എന്ന കുറ്റകൃത്യം ചെയ്യുന്ന ഏതൊരാളും, ആദ്യത്തെ കുറ്റസ്ഥാപനത്തിന്മേൽ രണ്ടിലേതെങ്കിലും തരത്തിൽപ്പെട്ടതും മൂന്നുവർഷത്തോളമാകാവുന്നതുമായ തടവിനും കൂടാതെ പിഴശിക്ഷയ്ക്കും കൂടി അർഹനാകുന്നതും രണ്ടാമത്തേതും തുടർന്നുള്ളതുമായ കുറ്റസ്ഥാപനത്തിന് രണ്ടിലേതെങ്കിലും തരത്തിൽപ്പെട്ടതും അഞ്ചുവർഷംവരെയാകാവുന്നതുമായ തടവിനും കൂടാതെ പിഴശിക്ഷയ്ക്കും കൂടി അർഹനാകുന്നതുമാണ്.

ശിക്ഷ– ആദ്യ കുറ്റസ്ഥാപനത്തിന് മൂന്നുവർഷം വരെയാകാവുന്ന തടവും പിഴയും – കോഗ്നൈസബിൾ – ജാമ്യം അനുവദിക്കുന്നത് — ഏതെങ്കിലും മജിസ്ട്രേട്ടിന് വിചാരണ ചെയ്യാവുന്നത്.

രണ്ടാമത്തേതും തുടർന്നുള്ള കുറ്റസ്ഥാപനത്തിന് അഞ്ചുവർഷം വരെയാകാവുന്ന തടവും പിഴയും — കോഗ്നൈസബിൾ — ജാമ്യം അനുവദിക്കാത്തത് – ഏതെങ്കിലും മജിസ്ട്രേട്ടിന് വിചാരണ ചെയ്യാവുന്നത്.

* * * * * *

370 വ്യക്തിയെ വ്യാപാരം ചെയ്യൽ – ഏതൊരാൾ താഴെപ്പറയുന്ന പ്രകാരത്തിൽ ചൂഷണം ചെയ്യുന്നതിലേയ്ക്കായി

ഒന്നാമത് – ഭീഷണിപ്പെടുത്തിയോ

രണ്ടാമത് – ബലാൽക്കാരമായോ അല്ലെങ്കിൽ മറ്റേതെങ്കിലും തരത്തിലുള്ള ബലപ്രയോഗത്തിലൂടെ ഏതെങ്കിലും തരത്തിലുള്ള ഭീഷണിയോ പ്രയോഗിച്ച്

മൂന്നാമത് – തട്ടിക്കൊണ്ടുപോകലിലൂടെയോ

നാലാമത് – ചതി പ്രയോഗത്തിലൂടെയോ വഞ്ചനയിലൂടെയോ

അഞ്ചാമത് – അധികാര ദുർവിനിയോഗത്തിലൂടെയോ

ആറാമത് – റിക്രൂട്ട് ചെയ്യപ്പെട്ടതോ വാഹനം ചെയ്തിട്ടുള്ളതോ പാർപ്പിച്ചിട്ടുള്ളതോ കൈമാറിയിട്ടുള്ളതോ സ്വീകരിച്ചിട്ടുള്ളതോ ആയ വ്യക്തിയുടെമേൽ നിയന്ത്രണമുള്ള വ്യക്തിയുടെ സമ്മതം നേടുന്നതിലേക്കായി ഏതെങ്കിലും തരത്തിലുള്ള പ്രതിഫലങ്ങളോ ആനുകൂല്യങ്ങളോ നല്കുകയോ സ്വീകരിക്കുകയോ ഉൾപ്പെടെയുള്ള പ്രലോഭനത്തിലൂടെയോ

ഒരു വ്യക്തിയെയോ വ്യക്തികളെയോ റിക്രൂട്ട് ചെയ്യുകയോ വഹനം ചെയ്യുകയോ പാർപ്പിക്കുകയോ കൈമാറ്റം ചെയ്യുകയോ സ്വീകരിക്കുകയോ ചെയ്താൽ അയാൾ മനുഷ്യക്കച്ചവടക്കുറ്റം ചെയ്യുന്നതാണ്.

വിശദീകരണം 1 — "ചൂഷണം" എന്ന പദപ്രയോഗത്തിൽ ഏതെ

ങ്കിലും തരത്തിലുള്ള ശാരീരിക ചൂഷണം അല്ലെങ്കിൽ ഏതെങ്കിലും തരത്തിലുള്ള ലൈംഗിക ചൂഷണം, അടിമത്തം പോലുള്ള മറ്റേതെങ്കിലും ആചാരങ്ങൾ, പെരുമാറ്റാവകാശം അല്ലെങ്കിൽ ബലപ്രയോഗത്തിലൂടെ അവയവങ്ങൾ നീക്കം ചെയ്യൽ എന്നിവ ഉൾപ്പെടുന്നു.

വിശദീകരണം 2 – മനുഷ്യക്കച്ചവട കുറ്റകൃത്യം സംബന്ധിച്ച് തീരുമാനമെടുക്കുന്നതിന് കുറ്റകൃത്യത്തിനിരയായ വ്യക്തിയുടെ സമ്മതത്തിന് പ്രസക്തിയില്ല.

(2) മനുഷ്യക്കച്ചവടം എന്ന കുറ്റകൃത്യം ചെയ്യുന്ന ഏതൊരാളും ഏഴുവർഷത്തിൽ കുറയാത്തതും പത്തുവർഷം വരെയാകാവുന്നതുമായ തടവുശിക്ഷയ്ക്കും കൂടാതെ പിഴശിക്ഷയ്ക്കും കൂടി അർഹനാകുന്നതാണ്.

(3) കുറ്റകൃത്യത്തിൽ ഒന്നിലധികം വ്യക്തികളുടെ വ്യാപാരം ഉൾപ്പെട്ടിരുന്നാൽ അത് പത്തുവർഷത്തിൽ കുറയാത്തതും ജീവപര്യന്തം വരെയാകാവുന്ന തടവുശിക്ഷയ്ക്കും കൂടാതെ പിഴശിക്ഷയ്ക്കും കൂടി അർഹമാകുന്നതാണ്.

(4) കുറ്റകൃത്യത്തിൽ ഒരു മൈനറെ വ്യാപാരം ചെയ്യുന്നത് ഉൾപ്പെട്ടിട്ടുണ്ടെങ്കിൽ അതിന് പത്തുവർഷത്തിൽ കുറയാത്തതും ജീവപര്യന്തം വരെയാകാവുന്ന തടവിനും കൂടാതെ പിഴശിക്ഷയ്ക്കും കൂടി അർഹനാകുന്നതാണ്.

(5) കുറ്റകൃത്യത്തിൽ ഒന്നിലധികം മൈനറുടെ വ്യാപാരം ഉൾപ്പെട്ടിട്ടുണ്ടെങ്കിൽ അതിന് പതിനാലുവർഷത്തിൽ കുറയാത്തതും ജീവപര്യന്തം വരെയാകാവുന്ന തടവുശിക്ഷയ്ക്കും കൂടാതെ പിഴശിക്ഷയും നല്കി ശിക്ഷിക്കപ്പെടാവുന്നതാണ്.

(6) മൈനറെ വ്യാപാരം ചെയ്ത കുറ്റകൃത്യത്തിന് ഒരു വ്യക്തിയെ ഒന്നിലധികം തവണ കുറ്റസ്ഥാപനം ചെയ്തിട്ടുണ്ടെങ്കിൽ അങ്ങനെയുള്ള വ്യക്തിയുടെ ശേഷിക്കുന്ന ജീവിതകാലംവരെ നീളുന്ന തടവ് എന്നർത്ഥമാകുന്ന ജീവപര്യന്തത്തടവിനും കൂടാതെ പിഴശിക്ഷയ്ക്കു കൂടി അർഹനാകുന്നതാണ്.

(7) ഏതെങ്കിലും വ്യക്തിയെ വ്യാപാരം നടത്തിയിട്ടുള്ളതിൽ ഒരു പബ്ലിക് സർവന്റോ പോലീസ് ഓഫീസറോ ഉൾപ്പെട്ടിട്ടുള്ളപ്പോൾ അങ്ങനെയുള്ള പബ്ലിക് സർവന്റ് അല്ലെങ്കിൽ പൊലീസ് ഓഫീസർ തന്റെ ശേഷിക്കുന്ന ജീവിതകാലം വരെയാകാവുന്ന ജീവപര്യന്തത്തടവിനും കൂടാതെ പിഴശിക്ഷയ്ക്കും കൂടി അർഹനാകുന്നതാണ്.

ശിക്ഷ – *വ്യക്തിയെ വ്യാപാരം ചെയ്യൽ* – ഏഴുവർഷത്തിൽ കുറയാത്തതും പത്തുവർഷം വരെയാകാവുന്നതുമായ തടവും പിഴയും – കോഗ്നൈസബിൾ – ജാമ്യം അനുവദിക്കാത്തത് – സെഷൻസ് കോടതിക്ക് വിചാരണ ചെയ്യാവുന്നത്.

ഒന്നിലധികം വ്യക്തികളുടെ വ്യാപാരം ചെയ്യൽ – പത്തുവർഷത്തിൽ കുറയാത്തതും ജീവപര്യന്തം വരെയാകാവുന്ന തടവും പിഴയും –

കോഗ്നൈസബിൾ – ജാമ്യം അനുവദിക്കാത്തത് – സെഷൻസ് കോടതിക്ക് വിചാരണ ചെയ്യാവുന്നത്.

മൈനറെ വ്യാപാരം ചെയ്യൽ – പത്തുവർഷത്തിൽ കുറയാത്തതും ജീവപര്യന്തം വരെയാകാവുന്ന തടവും പിഴയും – കോഗ്നൈസബിൾ – ജാമ്യം അനുവദിക്കാത്തത് – സെഷൻസ് കോടതിക്ക് വിചാരണ ചെയ്യാവുന്നത്.

ഒന്നിലധികം മൈനർമാരെ വ്യാപാരം ചെയ്യൽ – പതിനാലുവർഷത്തിൽ കുറയാത്തതും ജീവപര്യന്തം വരെയാകാവുന്ന തടവും പിഴയും – കോഗ്നൈസബിൾ – ജാമ്യം അനുവദിക്കാത്തത് – സെഷൻസ് കോടതിക്ക് വിചാരണ ചെയ്യാവുന്നത്.

മൈനറെ വ്യാപാരം ചെയ്തതിന് ഒന്നിലധികം തവണ കുറ്റസ്ഥാപനം ചെയ്തിട്ടുള്ളപ്പോൾ – ശേഷിക്കുന്ന ജീവിതകാലംവരെയാകാവുന്ന ജീവപര്യന്തത്തടവും പിഴയും – കോഗ്നൈസബിൾ – ജാമ്യം അനുവദിക്കാത്തത് – സെഷൻസ് കോടതിക്ക് വിചാരണ ചെയ്യാവുന്നത്.

വ്യക്തിയെ വ്യാപാരം നടത്തിയിട്ടുള്ളതിൽ ഒരു പബ്ലിക് സർവന്റോ പോലീസ് ഓഫീസറോ ഉൾപ്പെട്ടിട്ടുള്ളപ്പോൾ – ശേഷിക്കുന്ന ജീവിതകാലം വരെയാകാവുന്ന ജീവപര്യന്തത്തടവും പിഴയും – കോഗ്നൈസബിൾ – ജാമ്യം അനുവദിക്കാത്തത് – സെഷൻസ് കോടതി വിചാരണ ചെയ്യാവുന്നത്.

370A വ്യാപാരം ചെയ്യപ്പെട്ട വ്യക്തിയെ ചൂഷണം ചെയ്യൽ – (1) ഒരു മൈനറെ വ്യാപാരം നടത്തിയിട്ടുണ്ടെന്ന് അറിഞ്ഞുകൊണ്ടോ അങ്ങനെ വിശ്വസിക്കത്തക്ക കാരണമുള്ളപ്പോഴോ അങ്ങനെയുള്ള മൈനറെ ഏതെങ്കിലും തരത്തിലുള്ള ലൈംഗിക ചൂഷണത്തിന് വിധേയമാക്കുന്ന ഏതൊരാളും അഞ്ചുവർഷത്തിൽ കുറയാത്തതും ഏഴുവർഷം വരെയാകാവുന്നതുമായ തടവുശിക്ഷയ്ക്കും കൂടാതെ പിഴശിക്ഷയ്ക്കും കൂടി അർഹനാകുന്നതാണ്.

(2) ഒരു വ്യക്തിയെ വ്യാപാരം നടത്തിയിട്ടുണ്ടെന്ന് അറിവുണ്ടായിരിക്കുകയോ അങ്ങനെ വിശ്വസിക്കാൻ തക്കകാരണമുള്ളപ്പോഴോ അങ്ങനെയുള്ള വ്യക്തിയെ ഏതെങ്കിലും തരത്തിലുള്ള ലൈംഗിക ചൂഷണത്തിന് വിധേയമാക്കുന്ന ഏതൊരാളും മൂന്നുവർഷത്തിൽ കുറയാത്തതും അഞ്ചുവർഷം വരെയാകാവുന്ന കഠിനതടവിനും കൂടാതെ പിഴശിക്ഷയ്ക്കും കൂടി അർഹനാകുന്നതാണ്.

ശിക്ഷ – വ്യാപാരം ചെയ്യപ്പെട്ട കുട്ടിയെ ചൂഷണം ചെയ്യൽ – അഞ്ചുവർഷത്തിൽ കുറയാത്തതും ഏഴുവർഷം വരെയാകാവുന്നതുമായ തടവും പിഴയും – കോഗ്നൈസബിൾ – ജാമ്യം അനുവദിക്കാത്തത് – സെഷൻസ് കോടതിക്ക് വിചാരണ ചെയ്യാവുന്നത്.

വ്യാപാരം ചെയ്യപ്പെട്ട വ്യക്തിയെ ചൂഷണം ചെയ്യൽ – മൂന്നുവർഷത്തിൽ കുറയാത്തതും അഞ്ചുവർഷം വരെയാകാവുന്ന കഠിനതടവും

പിഴയും – കോഗ്നൈസബിൾ – ജാമ്യം അനുവദിക്കാത്തത് – സെഷൻസ് കോടതിക്ക് വിചാരണ ചെയ്യാവുന്നത്.

* * * * * *

കാമജന്യമായ കുറ്റങ്ങൾ

375. ബലാൽസംഗം – താഴെപ്പറയുന്ന ഏഴുവിവരണങ്ങളിൽ ഏതിന്റെയെങ്കിലും കീഴിൽ വരുന്ന പരിതഃസ്ഥിതികളിൽ ഒരു പുരുഷൻ ഒരു സ്ത്രീയുമായി ഇനി പറയുന്ന പ്രവൃത്തികൾ ചെയ്താൽ അയാൾ ബലാൽസംഗം ചെയ്യുന്നതായി പറയപ്പെടുന്നു.

ഒരാൾ –

(a) ഒരു സ്ത്രീയുടെ യോനിയിലേക്കോ വായിലേക്കോ മൂത്രനാളിയിലേക്കോ ഗുഹ്യഭാഗത്തിലേക്കോ അയാളുടെ ലിംഗം അത് എത്രത്തോളമായാലാലും കടത്തുകയോ അല്ലെങ്കിൽ തന്നോടൊപ്പമോ മറ്റേതെങ്കിലും വ്യക്തിയോടോ അവളെകൊണ്ട് അങ്ങനെ ചെയ്യിക്കുകയോ...

(b) ഒരു സ്ത്രീയുടെ യോനിയിലേക്കോ വായിലേക്കോ മൂത്രനാളിയിലേക്കോ ഗുഹ്യഭാഗത്തിലേക്കോ ഏതെങ്കിലും പദാർത്ഥമോ അല്ലെങ്കിൽ ലിംഗമല്ലാതെയുള്ള മറ്റൊരു ശരീരഭാഗമോ എത്രത്തോളമായാലും കടത്തുകയോ അല്ലെങ്കിൽ താനുമായുള്ള മറ്റാരെങ്കിലുമായോ അവളെക്കൊണ്ട് അങ്ങനെ ചെയ്യിപ്പിക്കുകയോ ചെയ്യുകയോ

(c) ഒരു സ്ത്രീയുടെ യോനിയിലേക്കോ വായിലേയ്ക്കോ മൂത്രനാളിയിലേക്കോ ഗുഹ്യഭാഗത്തോ അല്ലെങ്കിൽ അങ്ങനെയുള്ള സ്ത്രീയുടെ ഏതെങ്കിലും ശരീരഭാഗത്തിലേക്കോ കടന്നുകയറ്റത്തിന് ഇടയാക്കത്തക്ക രീതിയിൽ ആ സ്ത്രീയുടെ ഏതെങ്കിലും ശരീരഭാഗം കപടമായി പ്രവർത്തിപ്പിക്കുകയോ തന്നോടോ മറ്റേതെങ്കിലും വ്യക്തിയോടോ അവളെകൊണ്ട് അങ്ങനെ ചെയ്യിപ്പിക്കുകയോ.

(d) ഒരു സ്ത്രീയുടെ യോനി, മൂത്രനാളം, ഗുദം, എന്നിവിടങ്ങളിലേക്ക് തന്റെ വായ് പ്രയോഗിക്കുകയോ തന്നോടോ മറ്റേതെങ്കിലും വ്യക്തിയോടോ അവളെക്കൊണ്ട് അങ്ങനെ ചെയ്യിപ്പിക്കുകയോ

ഒന്നാമത് – അവളുടെ ഇച്ഛക്കെതിരായി.

രണ്ടാമത് – അവളുടെ സമ്മതം കൂടാതെ.

മൂന്നാമത് – അവളുടെ സമ്മതത്തോടുകൂടി അവളുടെ സമ്മതം അവൾക്കോ അല്ലെങ്കിൽ അവൾക്ക് താല്പര്യമുള്ള മറ്റാർക്കെങ്കിലുമോ മരണമോ ദേഹോപദ്രവമോ ഉണ്ടാകുമെന്ന ഭയം ഉളവാക്കി നേടിയതാകുമ്പോൾ.

നാലാമത് – അവളുടെ സമ്മതത്തോടുകൂടി, ആ പുരുഷൻ, താൻ അവളുടെ ഭർത്താവല്ലെന്നും അവളെ നിയമപ്രകാരം വിവാഹം ചെയ്തിരിക്കുകയോ ചെയ്തിട്ടുള്ളതായി അവൾ വിശ്വസിക്കുകയോ ചെയ്യുന്ന മറ്റൊരാളാണ് താനെന്ന് വിശ്വസിക്കുന്നതു കൊണ്ടാണ് അവൾ സമ്മതം നല്കിയിട്ടുള്ളതെന്നും അറിയുമ്പോൾ.

അഞ്ചാമത് – അവളുടെ സമ്മതത്തോടുകൂടി, അങ്ങനെയുള്ള സമ്മതം നല്കുന്ന സമയത്ത് ചിത്തഭ്രമം കാരണമോ അല്ലെങ്കിൽ ലഹരിക്കടിമപ്പെട്ടോ അല്ലെങ്കിൽ പുരുഷൻ നല്കിയതോ അല്ലെങ്കിൽ അയാൾ മറ്റൊരാൾ മുഖേനയോ നല്കിയ മയക്കുമരുന്നുകളോ അല്ലെങ്കിൽ അപഥ്യ പദാർത്ഥങ്ങൾ മൂലമോ നല്കിയ സമ്മതത്തിന്റെ സ്വഭാവത്തെയും പരിണിത ഫലത്തെയും കുറിച്ച് മനസ്സിലാക്കാതെ നല്കുന്ന സമ്മതം.

ആറാമത് – അവൾ പതിനെട്ട് വയസ്സിന് താഴെ പ്രായം ഉള്ളവളാണെങ്കിൽ അവളുടെ സമ്മതത്തോടെയോ സമ്മതം കൂടാതെയോ.

ഏഴാമത് – സമ്മതം വിനിമയം ചെയ്യാൻ അവൾക്ക് കഴിവില്ലാതിരിക്കുമ്പോൾ

വിശദീകരണം 1 – ഈ വകുപ്പിന്റെ ആവശ്യത്തിലേക്ക് യോനി എന്നതിൽ യോനിമുഖത്തിൽ ഇരുവശത്തായി യോനിസന്ധിക്ക് അരികിലായും സ്ഥിതിചെയ്യുന്ന മടക്കു ചർമ്മവും കൊഴുപ്പുകലകളും അടങ്ങിയ ഭാഗവും (Labia majora) കൂടി ഉൾപ്പെടുന്നു.

വിശദീകരണം 2 – സമ്മതം എന്നാൽ ഏതെങ്കിലും സ്ത്രീ വാക്കാലോ ആംഗ്യത്താലോ അല്ലെങ്കിൽ വാച്യമോ വ്യംഗ്യമോ ആയ ഏതെങ്കിലും രീതിയിലുള്ള ആശയവിനിമയത്തിലൂടെയോ നിർദ്ദിഷ്ട ലൈംഗിക ബന്ധത്തിൽ പങ്കെടുക്കുന്നതിന് താല്പര്യം വിനിമയം ചെയ്തിട്ടുള്ളപ്പോൾ സ്പഷ്ടവും സ്വമേധയാലുമുള്ള ഉഭയസമ്മതം കൂടി ഉൾപ്പെടുന്നു.

എന്നാൽ ഒരു സ്ത്രീ കടന്നുകയറ്റത്തെ ശാരീരികമായി എതിർത്തില്ല എന്ന കാരണത്താൽ മാത്രം അത് ലൈംഗികബന്ധത്തിലുള്ള സമ്മതമായി കണക്കാക്കാനാകില്ല.

വിശദീകരണം 1 – ചികിത്സാക്രമമോ ചികിത്സയുടെ ഭാഗമായി ഇടപെടലോ ബലാൽസംഗമായി കണക്കാക്കാനാകില്ല.

വിശദീകരണം 2 – ഒരു വ്യക്തി തന്റെ ഭാര്യയുമായി നടത്തുന്ന ലൈംഗികവേഴ്ച അല്ലെങ്കിൽ ലൈംഗിക പ്രവൃത്തി, അങ്ങനെയുള്ള ഭാര്യയുടെ പ്രായം പതിനഞ്ചുവയസ്സിനു താഴെയല്ലാത്ത സംഗതികളിൽ, ബലാൽസംഗമാകുന്നതല്ല.

376 ബലാൽസംഗക്കുറ്റത്തിനുള്ള ശിക്ഷ – ഉപവകുപ്പ് (2) ൽ പറഞ്ഞിട്ടുള്ള സംഗതികളിലൊഴികെ ബലാൽസംഗം നടത്തുന്ന ഏതൊരാളും ഏഴുവർഷത്തിൽ കുറയാത്തതും ജീവപര്യന്തം വരെയാകാവുന്ന കാലത്തേക്ക് രണ്ടിലേതെങ്കിലും തരത്തിൽപ്പെട്ട കഠിനതടവ് നല്കി ശിക്ഷിക്കപ്പെടുന്നതും കൂടാതെ പിഴശിക്ഷയ്ക്കും കൂടി അർഹനാകുന്നതുമാണ്.

(2) ഏതൊരാളും –

(a) ഒരു പോലീസ് ഓഫീസറായിരിക്കെ, —

(i) തന്നെ നിയമിച്ചിരിക്കുന്ന പോലീസ് സ്റ്റേഷൻ പരിധിക്കുള്ളിൽ വച്ചോ; അല്ലെങ്കിൽ

(ii) ഏതെങ്കിലും സ്റ്റേഷൻ കെട്ടിടത്തിനുള്ളിൽവച്ചോ, അല്ലെങ്കിൽ

(iii) അങ്ങനെയുള്ള പോലീസ് ഓഫീസറുടെ കസ്റ്റഡിയിലോ അല്ലെങ്കിൽ അങ്ങനെയുള്ള പോലീസ് ഓഫീസറുടെ കീഴുദ്യോഗസ്ഥനായ പോലീസ് ഓഫീസറുടെ കസ്റ്റഡിയിലോ ഉള്ള ഒരു സ്ത്രീയെ ബലാൽസംഗം ചെയ്യുകയോ അല്ലെങ്കിൽ,

(b) പബ്ലിക് സർവന്റായിരിക്കെ തന്റെ കസ്റ്റഡിയിലോ അങ്ങനെയുള്ള പബ്ലിക് സർവന്റിന്റെ കീഴ് ജീവനക്കാരന്റെ കസ്റ്റഡിയിലോ ഉള്ള ഒരു സ്ത്രീയെ ബലാൽസംഗം ചെയ്യുകയോ അല്ലെങ്കിൽ,

(c) സായുധസേനയിലെ അംഗമായിരിക്കെ ഒരു പ്രദേശത്ത് കേന്ദ്ര ഗവൺമെന്റോ സംസ്ഥാന ഗവൺമെന്റോ വിന്യസിച്ചിട്ടുള്ള സായുധസേനയിലെ ഒരംഗം അങ്ങനെയുള്ള സ്ഥലത്ത് ബലാൽസംഗം നടത്തുകയോ അല്ലെങ്കിൽ,

(d) ഒരു ജയിലിലേയോ റിമാൻഡ് ഹോമിലേയോ അല്ലെങ്കിൽ തത്സമയം നിലവിലിരിക്കുന്ന ഏതെങ്കിലും നിയമപ്രകാരം സ്ഥാപിച്ചിട്ടുള്ളതോ അതിൻകീഴിലുള്ളതോ ആയ സ്ത്രീകളെയോ കുട്ടികളെയോ സംരക്ഷിക്കുന്നതിനു വേണ്ടിയുള്ള സ്ഥാപനങ്ങളിലെയോ മാനേജ്മെന്റോ ഉദ്യോഗസ്ഥരോ ആയിരിക്കെ അങ്ങനെയുള്ള ജയിലിലെയോ റിമാൻഡ് ഹോമിലെയോ അങ്ങനെയുള്ള സ്ഥലത്തിലെയോ സ്ഥാപനത്തിലെയോ ഏതെങ്കിലും അന്തേവാസിയെ ബലാൽസംഗം ചെയ്യുകയോ അല്ലെങ്കിൽ,

(e) ഒരു ആശുപത്രിയിലെ മാനേജ്മെന്റോ ജീവനക്കാരോ ആ ആശുപത്രിയിലെ ഒരു വനിതയെ ബലാൽസംഗം ചെയ്യുകയോ അല്ലെങ്കിൽ,

(f) ഒരു സ്ത്രീയുടെ ബന്ധുവോ രക്ഷകർത്താവോ അല്ലെങ്കിൽ അദ്ധ്യാപകനോ അല്ലെങ്കിൽ വിശ്വാസാധിഷ്ഠിതസ്ഥാപനത്തിലുള്ളതോ അല്ലെങ്കിൽ ആ സ്ത്രീയുടെ മേൽ അധികാരമുള്ളതോ ആയ ഒരു വ്യക്തി ആയിരിക്കെ അങ്ങനെയുള്ള സ്ത്രീയെ ബലാൽസംഗം ചെയ്യുകയോ അല്ലെങ്കിൽ,

(g) വർഗ്ഗീയലഹളയെയോ വംശീയ ലഹളയെയോ തുടർന്ന് ബലാൽസംഗം നടത്തുകയോ അല്ലെങ്കിൽ,

(h) ഒരു സ്ത്രീ ഗർഭിണിയാണെന്ന് അറിഞ്ഞുകൊണ്ട് അവളെ ബലാൽസംഗം ചെയ്യുകയോ അല്ലെങ്കിൽ,

(i) പതിനാറു വയസ്സിനു താഴെയുള്ള കുട്ടിയെ ബലാൽസംഗം ചെയ്യുകയോ അല്ലെങ്കിൽ,

(j) സമ്മതം നല്കാൻ കഴിവില്ലാത്ത ഒരു സ്ത്രീയെ ബലാൽസംഗം ചെയ്യുകയോ, അല്ലെങ്കിൽ,

(k) ഒരു സ്ത്രീയുടെ മേൽ നിയന്ത്രണവും മേൽക്കോയ്മയും ഉള്ള ഒരു വ്യക്തി ആയിരിക്കെ അങ്ങനെയുള്ള സ്ത്രീയെ ബലാൽസംഗം ചെയ്യുകയോ അല്ലെങ്കിൽ,

(l) മാനസിക ശാരീരിക വൈകല്യങ്ങളുള്ള സ്ത്രീയെ ബലാൽസംഗം ചെയ്യുകയോ അല്ലെങ്കിൽ,

(m) ഒരു സ്ത്രീയെ അങ്ങനെ ബലാൽസംഗം ചെയ്യുമ്പോൾ ആ സ്ത്രീയ്ക്ക് ഗുരുതരമായ ശരീരക്ഷതമോ പരിക്കുകളോ വൈകല്യമോ ഉണ്ടാക്കുകയോ അവളുടെ ജീവൻ അപകടത്തിലാക്കുകയോ ചെയ്യുകയോ അല്ലെങ്കിൽ,

(n) അതേ സ്ത്രീയെ തന്നെ ആവർത്തിച്ച് ബലാൽസംഗം ചെയ്യുകയോ ചെയ്യുന്ന ഏതൊരാളും പത്തു വർഷത്തിൽ കുറയാത്തതും അയാളുടെ ശേഷിക്കുന്ന ജീവിതകാലംവരെയാകാവുന്ന ജീവപര്യന്ത കഠിനതടവിനും കൂടാതെ പിഴശിക്ഷയ്ക്കും കൂടി അർഹനാകുന്നതാണ്.

വിശദീകരണം – (a) ഈ ഉപവകുപ്പിന്റെ ആവശ്യത്തിലേക്ക് സായുധസേനകൾ എന്നാൽ കര, നാവിക, വ്യോമസേനകൾ എന്നർത്ഥമാകുന്നതും ഇതിൽ കേന്ദ്ര സംസ്ഥാന ഗവൺമെന്റുകളുടെ നിയന്ത്രണത്തിൻകീഴിലുള്ള അർദ്ധസൈനിക വിഭാഗങ്ങളും ഏതെങ്കിലും ആക്സിലറി സേനകളും ഉൾപ്പെടെ തത്സമയം നിലവിലുള്ള ഏതെങ്കിലും നിയമപ്രകാരം രൂപീകൃതമായിട്ടുള്ള ഏതെങ്കിലും സായുധസേനയിലെ ഏതെങ്കിലും അംഗം കൂടി ഉൾപ്പെടുന്നതുമാകുന്നു.

(b) "ആശുപത്രി" എന്നാൽ ആശുപത്രി സ്ഥിതിചെയ്യുന്ന സ്ഥലം എന്നും ഇതിൽ വ്യക്തിയുടെ ആരോഗ്യം വീണ്ടെടുക്കുന്നതിലേക്കോ പുനരധിവസിപ്പിക്കുന്നതിലേക്കോ വൈദ്യസഹായം ആവശ്യമുള്ള സമയത്ത് അവരെ സ്വീകരിക്കുകയും ചികിത്സിക്കുകയും വൈദ്യസഹായം ചെയ്യുകയും പുനരധിവസിപ്പിക്കുകയും ചെയ്യുന്നതോ ആയ ഏതൊരു സ്ഥാപനവും സ്ഥിതിചെയ്യുന്ന സ്ഥലം കൂടി ഉൾപ്പെടുന്നതുമാകുന്നു.

(c) "പോലീസ് ഓഫീസർ" എന്നതിന് 1861 – ലെ പോലീസ് ആക്റ്റിൻകീഴിൽ പോലീസ് എന്ന പദപ്രയോഗത്തിന് കല്പിച്ചിട്ടുള്ള അതേ അർത്ഥം തന്നെ ഉണ്ടായിരിക്കുന്നതാണ്.

(d) "കുട്ടികളുടെയും സ്ത്രീകളുടെയും സ്ഥാപനം" എന്നാൽ അനാഥാലയം എന്നോ ഉപേക്ഷിക്കപ്പെട്ട സ്ത്രീകൾക്ക് വേണ്ടിയുള്ള ഗൃഹം എന്നോ കുട്ടികൾക്കും വിധവകൾക്കും വേണ്ടിയുള്ള ഗൃഹം എന്നോ, അല്ലെങ്കിൽ മറ്റേത് പേരിൽ വിളിക്കപ്പെട്ടാലും കുട്ടികളെയും സ്ത്രീകളെയും സ്വീകരിക്കുന്നതിനും അവരെ സംരക്ഷിക്കുന്നതിനും വേണ്ടി സ്ഥാപിച്ചിട്ടുള്ളതും നിലനിർത്തിയിട്ടുള്ളതുമായ ഒരു സ്ഥാപനം എന്ന് അർത്ഥമാകുന്നു.

ശിക്ഷ – ഖണ്ഡിക 1 – ഏഴു വർഷത്തിൽ കുറയാത്തതും ജീവപര്യന്തം വരെയാകാവുന്ന തടവും പിഴയും കോഗ്നൈസബിൾ – ജാമ്യം അനുവദിക്കാത്തത് – സെഷൻസ് കോടതിക്ക് വിചാരണ ചെയ്യാവുന്നത്.

ഖണ്ഡിക 2 – പത്തു വർഷത്തിൽ കുറയാത്തതും ശേഷിക്കുന്ന ജീവിതകാലം വരെയാകാവുന്ന ജീവപര്യന്തകഠിനതടവും പിഴയും – കോഗ്നൈസബിൾ – ജാമ്യം അനുവദിക്കാത്തത് – സെഷൻസ് കോടതിക്ക് വിചാരണ ചെയ്യാവുന്നത്.

376 A കുറ്റകൃത്യത്തിനിരയായ സ്ത്രീയ്ക്ക് മരണം സംഭവിപ്പിക്കുകയേ ജീവച്ഛവമാക്കിമാറ്റുകയോ ചെയ്താലുള്ള ശിക്ഷ – വകുപ്പ് 376 ന്റെ (1) ാം ഉപവകുപ്പിൻ കീഴിലോ (2)–ാം ഉപവകുപ്പിൻ കീഴിലോ ശിക്ഷാർഹമായ ഒരു കുറ്റകൃത്യം നടത്തുകയും ആ കുറ്റകൃത്യം നടത്തുന്നതിനിടയിൽ ഏല്പിക്കുന്ന ഒരു പരിക്ക് ആ സ്ത്രീയുടെ മരണ കാരണമാകുകയോ അല്ലെങ്കിൽ ആ സ്ത്രീയെ ജീവച്ഛവമാക്കുകയോ ചെയ്യുന്ന ഏതൊരാളും ഇരുപതു വർഷത്തിൽ കുറയാത്തതും അയാളുടെ ശേഷിക്കുന്ന ജീവിതകാലം വരെയാകാവുന്ന കഠിനതടവിനോ അല്ലെങ്കിൽ മരണശിക്ഷയ്ക്കോ ശിക്ഷാർഹനാകുന്നതാണ്.

ശിക്ഷ – ഇരുപതു വർഷത്തിൽ കുറയാത്തതും ശേഷിക്കുന്ന ജീവിതകാലം വരെയാകാവുന്ന കഠിനതടവോ മരണശിക്ഷയോ – കോഗ്നൈസബിൾ – ജാമ്യം അനുവദിക്കാത്തത് – സെഷൻസ് കോടതിക്ക് വിചാരണ ചെയ്യാവുന്നത്.

376B വേർപിരിഞ്ഞുകഴിയുമ്പോൾ ഭർത്താവ് ഭാര്യയുമായി ലൈംഗിക ബന്ധത്തിലേർപ്പെടുന്നത് – കോടതി വിധിയെത്തുടർന്നോ മറ്റുവിധത്തിലോ വേറിട്ടു താമസിക്കുന്ന തന്റെ ഭാര്യയുമായി അവളുടെ സമ്മതമില്ലാതെ ലൈംഗികബന്ധത്തിലേർപ്പെടുന്ന ഏതൊരാളും രണ്ടു വർഷത്തിൽ കുറയാത്തതും ഏഴുവർഷം വരെയാകാവുന്നതുമായ രണ്ടിലൊരു തരത്തിൽപ്പെട്ട തടവുശിക്ഷയ്ക്കും കൂടാതെ പിഴശിക്ഷയ്ക്കും കൂടി ശിക്ഷാർഹനാകുന്നതാണ്.

വിശദീകരണം – ഈ വകുപ്പിൽ "ലൈംഗിക ബന്ധം" എന്നാൽ 375–ാം വകുപ്പിലെ (a) മുതൽ (d) വരെയുള്ള ഖണ്ഡങ്ങളിൽ പറഞ്ഞിട്ടുള്ള ഏതെങ്കിലും പ്രവൃത്തി എന്നർത്ഥമാകുന്നു.

ശിക്ഷ – രണ്ടുവർഷത്തിൽ കുറയാത്തതും ഏഴുവർഷം വരെയാകാവുന്നതുമായ തടവും പിഴയും – കോഗ്നൈസബിൾ (ഇരയുടെ പരാതിയിന്മേൽ മാത്രം) — ജാമ്യം അനുവദിക്കുന്നത് –സെഷൻസ് കോടതിക്ക് വിചാരണ ചെയ്യാവുന്നത്.

376 C അധികൃത സ്ഥാനത്തുള്ള വ്യക്തി നടത്തുന്ന ലൈംഗിക വേഴ്ച –

(a) അധികൃതസ്ഥാനത്തോ അല്ലെങ്കിൽ ഒരു വിശ്വാസാധിഷ്ഠിത ബന്ധത്തിലുള്ളതോ; അല്ലെങ്കിൽ

(b) ഒരു പബ്ലിക് സർവന്റോ അല്ലെങ്കിൽ

(c) ഒരു ജയിലിലെയോ റിമാൻഡ് ഹോമിലേയോ അല്ലെങ്കിൽ തത്സമയം നിലവിലിരിക്കുന്ന ഏതെങ്കിലും നിയമപ്രകാരം സ്ഥാപിച്ചിട്ടുള്ളതോ അതിൻകീഴിലുള്ളതോ ആയ സ്ത്രീകളെയോ കുട്ടികളെയോ സംരക്ഷിക്കുന്നതിനു വേണ്ടിയുള്ള സ്ഥാപനങ്ങളിലെയോ സൂപ്രണ്ടോ മാനേജരോ അല്ലെങ്കിൽ

(d) ഒരു ആശുപത്രിയിലെ മാനേജ്മെന്റ് അല്ലെങ്കിൽ ആശുപത്രിയിലെ സ്റ്റാഫ് എന്ന നിലയിലുള്ള സ്ഥാനം അല്ലെങ്കിൽ വിശ്വാസാധി

ഷ്ഠിതബന്ധം ദുരുപയോഗപ്പെടുത്തുകയോ അല്ലെങ്കിൽ തന്റെ കസ്റ്റഡിയിലോ തന്റെ ഉത്തരവാദിത്വത്തിലോ ആ കെട്ടിടത്തിലോ ഉള്ള ഏതെങ്കിലും സ്ത്രീയെ പ്രേരിപ്പിച്ചോ പ്രലോഭിപ്പിച്ചോ ബലാൽസംഗമാകാത്ത ലൈംഗിക ബന്ധത്തിലേർപ്പെടുന്ന ഏതൊരാളും അഞ്ചുവർഷത്തിൽ കുറയാത്തതും പത്തുവർഷം വരെയാകാവുന്നതുമായ രണ്ടിലൊരു തരത്തിൽപ്പെട്ട കഠിനതടവിനും കൂടാതെ പിഴശിക്ഷയ്ക്കും കൂടി ശിക്ഷാർഹനാകുന്നതാണ്.

വിശദീകരണം 1 – ഈ വകുപ്പിൽ "ലൈംഗിക ബന്ധം" എന്നാൽ 375–ാം വകുപ്പിൽ (a) മുതൽ (d) വരെയുള്ള ഖണ്ഡങ്ങളിൽ പറഞ്ഞിട്ടുള്ള ഏതെങ്കിലും പ്രവൃത്തികൾ എന്നർത്ഥമാകുന്നു.

വിശദീകരണം 2 – ഈ വകുപ്പിന്റെ ആവശ്യത്തിലേക്ക്, വകുപ്പ് 375 ന്റെ വിശദീകരണം 1 കൂടി ബാധകമാകുന്നതാണ്.

വിശദീകരണം 3 – ഒരു ജയിലിനെയോ റിമാൻഡ് ഹോമിനെയോ കസ്റ്റഡിയിൽ സൂക്ഷിക്കുന്ന മറ്റു സ്ഥലത്തിനെയോ സ്ത്രീകളുടെയും കുട്ടികളുടെയും സ്ഥാപനത്തെയോ സംബന്ധിച്ച് "സൂപ്രണ്ട്" എന്നതിൽ അങ്ങനെയുള്ള ജയിലിലെയോ റിമാൻഡ് ഹോമിലെയോ സ്ഥലത്തെ അല്ലെങ്കിൽ സ്ഥാപനത്തിലെയോ അന്തേവാസികളുടെമേൽ ഏതെങ്കിലും അധികാരം വിനിയോഗിക്കുന്നതോ നിയന്ത്രണമുള്ളതോ ആയ ഏതെങ്കിലും ഓഫീസിലെ പദവി കൈകാര്യം ചെയ്യുന്ന ഒരു വ്യക്തിയും കൂടി ഉൾപ്പെടുന്നു.

വിശദീകരണം 4 – "ആശുപത്രി" അല്ലെങ്കിൽ "സ്ത്രീകളുടെയോ കുട്ടികളുടെയും സ്ഥാപനം" എന്നീ പദപ്രയോഗങ്ങൾക്ക് വകുപ്പ് 376 ന്റെ (2)–ാം ഉപവകുപ്പിന്റെ വിശദീകരണത്തിൽ യഥാക്രമം അവയ്ക്ക് നല്കിയിരിക്കുന്ന അതേ അർത്ഥം തന്നെ ഉണ്ടായിരിക്കുന്നതാണ്.

ശിക്ഷ – അഞ്ചുവർഷത്തിൽ കുറയാത്തതും പത്തുവർഷം വരെയാകാവുന്നതുമായ കഠിനതടവും പിഴയും – കോഗ്നൈസബിൾ – ജാമ്യം അനുവദിക്കാത്തത് – സെഷൻസ് കോടതിക്ക് വിചാരണ ചെയ്യാവുന്നത്.

376 D. കൂട്ടബലാൽസംഗം – ഒരു കൂട്ടത്തിലെ ഒന്നോ അതിലധികമോ വ്യക്തികൾ ചേർന്നോ അല്ലെങ്കിൽ പൊതുവായ ഒരു ഉദ്ദേശ്യത്തെത്തുടർന്നോ ഒരു സ്ത്രീയെ ബലാൽസംഗം ചെയ്താൽ അങ്ങനെയുള്ള ഓരോ വ്യക്തിയും ബലാൽസംഗക്കുറ്റം ചെയ്തതായി കണക്കാക്കാവുന്നതും ഇരുപതു വർഷത്തിൽ കുറയാത്തതും അയാളുടെ ശേഷിക്കുന്ന ജീവിതകാലം വരെയാകാവുന്നതുമായ കഠിനതടവിനും കൂടാതെ പിഴശിക്ഷയ്ക്കും കൂടി ശിക്ഷാർഹനാകുന്നതാണ്.

എന്നാൽ കുറ്റകൃത്യത്തിനിരയായ സ്ത്രീയുടെ ചികിത്സ ചെലവുകൾ വഹിക്കുന്നതിനും പുനരധിവാസത്തിനും വേണ്ടിവരുന്ന ന്യായവും മതിയായതുമായ തുകയായിരിക്കണം അങ്ങനെയുള്ള പിഴ.

എന്നുമാത്രമല്ല ഈ വകുപ്പിൻകീഴിൽ ചുമത്തുന്ന ഏതെങ്കിലും പിഴ കുറ്റകൃത്യത്തിനിരയായ സ്ത്രീയ്ക്ക് നല്കേണ്ടതാണ്.

ശിക്ഷ – ഇരുപതു വർഷത്തിൽ കുറയാത്തതും ശേഷിക്കുന്ന ജീവിതകാലം വരെയാകാവുന്നതുമായ കഠിന തടവും പിഴയും –കോഗ്നൈസബിൾ – ജാമ്യം അനുവദിക്കാത്തത് – സെഷൻസ് കോടതിക്ക് വിചാരണ ചെയ്യാവുന്നത്.

376E കുറ്റകൃത്യം ആവർത്തിക്കുന്ന കുറ്റവാളികൾക്കുള്ള ശിക്ഷ – വകുപ്പ് 376 അല്ലെങ്കിൽ 376A അല്ലെങ്കിൽ 376D എന്നിവയ്ക്കു കീഴിൽ ശിക്ഷാർഹമായ ഒരു കുറ്റകൃത്യത്തിന് മുൻപ് കുറ്റസ്ഥാപനം നടത്തിയിട്ടുള്ള ഏതെങ്കിലും വ്യക്തി മേൽപ്പറഞ്ഞ വകുപ്പുകൾ പ്രകാരം വീണ്ടും കുറ്റസ്ഥാപനം നടത്തുകയാണെങ്കിൽ അയാളുടെ ശേഷിക്കുന്ന ജീവിതകാലം വരെയാകാവുന്നതുമായ ജീവപര്യന്തത്തടവിനോ അല്ലെങ്കിൽ മരണശിക്ഷയ്ക്കോ ശിക്ഷാർഹനാകുന്നതാണ്).

ശിക്ഷ – ശേഷിക്കുന്ന ജീവിതകാലം വരെയാകാവുന്ന ജീവപര്യന്തത്തടവോ അല്ലെങ്കിൽ മരണശിക്ഷയോ – കോഗ്നൈസബിൾ – ജാമ്യം അനുവദിക്കാത്തത് – സെഷൻസ് കോടതിക്ക് വിചാരണ ചെയ്യാവുന്നത്.

* * * * * *

പ്രകൃതിവിരുദ്ധമായ കുറ്റങ്ങളെക്കുറിച്ച്

377 പ്രകൃതിവിരുദ്ധമായ കുറ്റങ്ങൾ – പ്രകൃതി വ്യവസ്ഥയ്ക്കു വിരുദ്ധമായി ഏതെങ്കിലും പുരുഷനുമായോ സ്ത്രീയുമായോ ജന്തുവുമായോ സ്വേച്ഛയാ വൈഷയികസംഗം ചെയ്യുന്ന ഏതൊരാളും ജീവപര്യന്തത്തടവോ അല്ലെങ്കിൽ പത്തു വർഷത്തോളമാകാവുന്ന കാലത്തേക്കോ രണ്ടിലേതെങ്കിലും തരത്തിൽപ്പെട്ട തടവോ നല്കി ശിക്ഷിക്കപ്പെടുന്നതും പിഴശിക്ഷയ്ക്കു കൂടി അർഹനാകുന്നതുമാണ്.

വിശദീകരണം – ഈ വകുപ്പിൽ വിവരിച്ചിട്ടുള്ള കുറ്റത്തിന് ആവശ്യമായ വൈഷയികസംഗം ആകുവാൻ കടന്നുകയറൽ മതിയാകുന്നതാണ്.

ശിക്ഷ – ജീവപര്യന്തത്തടവ് അല്ലെങ്കിൽ 10 വർഷത്തെ തടവും പിഴയും – കോഗ്നൈസബിൾ – ജാമ്യം അനുവദിക്കാത്തത് – ഒന്നാം ക്ലാസ് മഡിസ്ട്രേട്ടിന് വിചാരണ ചെയ്യാവുന്നത് – രാജിയാകുന്നതിന് വ്യവസ്ഥയില്ലാത്തത്.